உதிர்ந்த இலைகளின் பாடல்
சீனக்கவிதைகள்

உதிர்ந்த இலைகளின் பாடல்
சீனக்கவிதைகள்

தமிழில்: ப. கல்பனா

உதிர்ந்த இலைகளின் பாடல்
சீனக்கவிதைகள் ● தமிழில்: ப.கல்பனா©
முதல் பதிப்பு டிசம்பர் 2017 ● பக்கங்கள்: 160
வெளியீடு: பரிசல் வெளியீடு, 216, முதல் தளம், திருவல்லிக்கேணி
நெடுஞ்சாலை, திருவல்லிக்கேணி, சென்னை 600005
பேச: 9382853646 ● parisalbooks@gmail.com
● வடிவமைப்பு: ஆதி, 9994880005
ISBN 978-81-924912-5-7

விலை ரூ.180

சீனக்கவிஞர்களுக்கும்
மலைகளுக்கும்
நதிகளுக்கும்
பூக்களுக்கும்

நன்றி

கோபிராஜ்
கீர்த்தனா
சரண்ராஜ்
பா. இரவிக்குமார்
பரிசல் சிவ.செந்தில்நாதன்
பாரதி (ஸ்ரீ வெங்கட் கிராபிக்ஸ்)
தில்லைமுரளி

நீண்ட இடைவெளிக்குப் பின்...

'சீனக் கவிதைகள்' என்னும் என் மொழிபெயர்ப்பு நூல் 1999ஆம் ஆண்டு முதற்பதிப்பாக வெளிவந்தது. பதினெட்டு வருடங்களுக்குப் பிறகு இப்போது இரண்டாம் பதிப்பு 'உதிர்ந்த இலைகளின் பாடல்' என்னும் தலைப்பில் வெளிவருகிறது. நீண்ட இடைவெளிதான். சமூகத்திலும் இலக்கிய உலகிலும் எண்ணற்ற மாற்றங்கள் நிகழ்ந்துவிட்டன. அடிப்படையில் இலக்கியத்தின்மீது தீராத காதல் இருந்தாலும், குடும்பச்சுமையும், கல்விப்புலத்தில் இருந்த பணிகளும் என்னைத் தொடர்ந்து இயங்கவிடவில்லை. 'அபத்தம் இல்லையா பெண்ணாக இருப்பது?' என்று ஒரு கவிதையில் எழுதியிருந்ததைப் போலவே, வாழ்க்கையிலும் இருந்து விட்டேன்.

என் மௌனத்தைக் கலைத்துவிட்டு இப்போது இந்த இரண்டாம் பதிப்பைக்கொண்டு வருகிறேன். முதல் பதிப்பின் முன்னுரையில் சொல்லியதைவிட அதிகமாகச் சொல்வதற்கு என்னிடம் எதுவும் இல்லை.

தமிழ் இலக்கியச் சூழல் மாறியுள்ளதை நான் நன்கு அறிவேன். புதிய வாசகர்கள், புதிய தேடலுடன், புதிய இலக்கியம் படைப்பதற்காகக் காத்திருக்கிறார்கள். அத்தகைய வாசகர்களின் மனதை, இம்மொழி பெயர்ப்புநூல் நெகிழச் செய்யுமென்றால் மகிழ்வேன்.

இனி என்ன?

சீன மலைகளுடனும் மலர்களுடனும் நதிகளுடனும் காற்றுடனும் நீங்கள் பேசுங்கள்.

சென்னை   ப.கல்பனா
26.12.2017

ஆவலுடன் இருக்கிறேன்...
(முதற்பதிப்பின் முன்னுரை)

சென்னைக் கிறித்தவக் கல்லூரியில், நான் தமிழிலக்கிய மாணவியாக இருந்தபோது, சங்கக் கவிதைகளைப் படிப்பதில் எனக்கு மிகுந்த ஆர்வமிருந்தது. அவற்றின் எளிமை, ஆழம், சொற்செட்டு, நேரிடைத்தன்மை போன்றவை என் மனதை வெகுவாக ஈர்த்தன. பல சங்கக் கவிதைகளை என் டைரியில் இன்றைய புதுக் கவிதை வடிவில் எழுதி ரசிப்பது அன்றைய என் பழக்கம்.

அச்சூழலில் எதேச்சையாகச் 'சீன இலக்கியம்' என்னும் காலாண்டிதழொன்றில் வெளிவந்திருந்த சீனக்கவிதைகளின் ஆங்கில மொழிபெயர்ப்பு களைப் படிக்க நேர்ந்தது. எளிமையான லகுவான ஆங்கிலத்தில் பெயர்க்கப்பட்டிருந்த அக்கவிதைகள் என்னை வெகுவாகப் பாதித்தன. சங்கக் கவிதை களில் போலவே, சீனக்கவிதைகளிலும் நான் மனம் ஒன்றினேன்.

சங்கக்கவிதைகளுக்குப் பதிலாகச் சீனக் கவிதைகளை டைரியில் எழுதி ரசிக்கும் பழக்கம், என்னிடம் தொற்றிக் கொண்டது. 'வனம்' கவியரங்கத்தினரின் இடையறாத தூண்டுதலாலும் உடனுக்குடனான உற்சாகத்தாலும் மொழி பெயர்ப்பு முயற்சியில் நான் தீவிரமாக ஈடுபடத் தொடங்கினேன்.

ஒரே நேரத்தில், வெறும் இயந்திரத்தனமாக இல்லாமல், என் மனமும் உடலும் ஒத்துழைத்த நாட்களில், எழுதத் தோன்றியபோது மட்டுமே

சிறுகச்சிறுக இம்மொழிபெயர்ப்பைச் செய்து வந்தேன். ஒருகட்டத்தில் நானே எதிர்பாராத வகையில், என்னிடம் 42 கவிதைகள் சேர்ந்து விட்டிருந்தன.

வாழ்வின் பல்வேறு நெருக்கடிகளுக்கிடையே இவற்றை நூலாக்கும் என் விருப்பம், இதுவரை நிறைவேறாமலேயே நின்று கொண்டிருந்தது. இடையில் அரசுக் கலைக்கல்லூரியில் தமிழ் விரிவுரையாளர் பணிநியமனம் பெற்று திருத்தணி வந்தபோது, படிக்கவும் எழுதவும் புதிதாக மொழிபெயர்க்கவுமான ஆர்வமும் ஓய்வும் மன அமைதியும் சற்று அதிகமாகவே எனக்குக் கிடைத்தன.

இதனால் கையெழுத்துப் பிரதிகளாக மட்டுமே என்னிடமிருந்த என் கவிதைகளையும் மொழிபெயர்ப்புகளையும் நுணுக்கமாகச் செதுக்கிக்கொள்ள முடிந்தது.

முதலில் என் கவிதைகளைத் தொகுத்து 'பார்வையிலிருந்து சொல்லுக்கு' என்ற தலைப்பில் வெளியிட்டேன். இப்போது 'சீனக்கவிதைகள்' என்ற இந்நூல்.

இக்கவிதைகளை மொழிபெயர்க்கும் காலத்தில் இருந்ததைவிட இப்போது என் எழுத்து நடையிலும் வாழ்க்கைப் பார்வையிலும் முதிர்ச்சி கூடியிருப்பதாகவே நினைக்கிறேன். இதற்கு ஏதோவோர் வகையில், இம்மொழிபெயர்ப்புக் கவிதைகளும் காரணமாகலாம்.

பெரும்பாலும் 1989, 1990, 1991, 1992 என்னும் நான்கு ஆண்டுகளில் வெளிவந்த (16 காலாண்டிதழ்கள்) 'சீன இலக்கியம்' என்னும் தொகுப்பு நூல்களிலிருந்து இக்கவிதைகள் மொழிபெயர்க்கப்பட்டுள்ளன. (1979ஆம் வருட சீன இலக்கியத் தொகுப்புகளிலிருந்தும் சில கவிதைகள் பெயர்க்கப்பட்டுள்ளன.)

நூலின் இறுதியில் சீனக்கவிஞர்கள் பற்றிய சிறுகுறிப்புகள் அகரவரிசையில் தொகுத்துத் தரப்பட்டுள்ளன. சில கவிஞர்களைப் பற்றி விரிவாகவும் வேறு சிலரைப் பற்றிச் சுருக்கமாகவும் குறிப்புகள் இருப்பதற்கு விசேஷ காரணம் ஏதுமில்லை. சீன இலக்கியக் காலாண்டிதழ்களிலிருந்து எனக்குக் கிடைத்த தகவல்களின் அடிப்படையில் இக்குறிப்புகள் தொகுக்கப்பட்டுள்ளதே அதற்குக் காரணம். சில கவிஞர்கள் பற்றிப் போதுமான மேல் விவரங்கள் கிடைக்காததால் அவர்கள் பிறந்த தேதி மட்டுமே குறிக்கப்பட்டுள்ளது.

இக்கவிதைகளைப் படிக்கும்போது, இப்போதும் என்னால் நிறைவாகவே உணர முடிகிறது. எனினும் இதே வேலையை இன்று செய்ய முடிந்தால், காலமாற்றத்திற்கேற்ப வளர்ந்து நிற்கும் என் ருசியுணர்வின் அடிப்படையில், இன்னும் ஆழமாகவும் சீராகவும் செய்திருக்கலாம் என்று நினைப்பதைத் தவிர்க்க முடியவில்லை.

சீனக்கவிஞர்களின் பெயர்களைத் தமிழ்ப்படுத்துவதிலும் உச்சரிப்பதிலுமுள்ள அந்நியத்தன்மை காரணமாக அவர்களது பெயர்கள் ஆங்கிலத்திலேயே தரப்பட்டுள்ளன. இத்தொகுப்பில் 42 சீனக்கவிஞர்களின் 81 கவிதைகளும் 6 நாட்டுப்புறப் பாடல்களும் இடம் பெற்றுள்ளன. இவற்றுள் 8 பெண்கவிஞர்களின் 17 கவிதைகளும் அடக்கம்.

சீனக் கவிதைகளை ஆங்கிலம் வழியாகத் தமிழில் பெயர்க்கிறபோது, அக்கவிதைகளின் உண்மையான ஜீவனை அப்படியே கொண்டு வந்துவிட முடியாதுதான். மூலத்தின் மையமும் அழகும் குலையாமல், ஓரளவு தமிழ்த்தன்மையும் நடையில் இருக்கும்படி, இவற்றை மொழிபெயர்ப்பதில் பல தடைகளும் சிக்கல்களும் எனக்கு நேர்ந்தன. இருப்பினும் என்னால் இயன்ற அளவில், எளிய இனிய தமிழில், மூலத்தைச் சிதைக்காமல், இவற்றைக் கவனமாய் பெயர்த்திருக் கிறேன்.

வரிக்குவரி அப்படியே பெயர்க்காமல், பொருளமைதி யையே பிரதானமாகக்கொண்டு இம்மொழிபெயர்ப்பு செய்யப்பட்டுள்ளது. மூலத்திலில்லாத விளக்கவுரை மொழி பெயர்ப்பிலும் செய்யப்படவில்லை. அந்த வகையில் இந் நூலிலுள்ள ஒவ்வொரு கவிதையும் முழுமையான வாசகர் பங்கேற்பைச் சாத்தியமாக்கியுள்ளதாகவே நம்புகிறேன்.

என் மொழிபெயர்ப்பில் குறைகளேதேனும் சுட்டிக் காட்டப்பெற்றால் அவற்றைத் திருத்திக்கொள்ளத் தயாராய் இருக்கிறேன்.

தமிழில் இன்று எழுதப்படும் தரமான புதுக்கவிதை களுக்கும் இச்சீனக்கவிதைகளுக்கும் இடையே ஓரளவு ஒத்திசைவு இருப்பதாகவே நான் நினைக்கிறேன். நம்மைப் போலவே தொன்மையும் பாரம்பரியமும் உடைய சீன நாட்டின் கவிதைகளைப் படிப்பதன் மூலம் நம்மையும் பிறரையும் புரிந்து கொள்ளும் சிந்தனைப்பரிமாற்றம் தமிழில் மேலும் வளர்ந்து செழிக்கும் என்பது என் துணிபு.

இந்த என் எளிய முயற்சி, இதுபோல் பிற மொழிகளிலும் (பிற நாடுகளிலும்) எழுதப்படும் இன்றைய கவிதைகளைத் தமிழுக்குக் கொண்டுவரும் தூண்டுதலை, இந்நூலைப் படிக்கும் யாரோ ஒருவருக்கேனும் ஏற்படுத்தக்கூடுமானால், அதுவே எனக்குப் போதுமானதாகும்.

அவ்வாறு வரும் பல்வேறு மொழிபெயர்ப்புத் தொகுதி களைப் படித்து கவிதை பற்றிய என் புரிதலை மேலும்மேலும் ஆழமாக்கிக்கொள்ள நான் ஆவலுடன் இருக்கிறேன்.

தமிழில் அருகி வரும் கவிதை வாசிப்பு இச்சீனக்கவிதை களால் சிறுமாற்றம் பெற்றாலும் நான் மகிழ்வேன்.

இறுதியாக, இந்நூல் வெளிவருவதற்கு முழுமுதல் தூண்டுதலாக இருந்த என் கணவருக்கு என் அன்புகளும் நன்றிகளும்.

அன்புடன்
ப. கல்பனா

ஒவ்வொரு சொல்லிலும் விரியும் வானம்...

கல்பனாவை நான் முதன்முதலில் உணர்ந்தது ஒரு மொழிபெயர்ப்புக் கவிதையின் மூலமாகத்தான். கல்லூரி நாள்களில் தாமஸ் ஹூட் என்ற கவிஞரின் 'Past and Present' என்ற கவிதையை அவர் மொழிபெயர்த்திருந்தார். படித்த கணத்தில் பிரமித்துப் போனேன். பிரமிப்பிற்குக் காரணம், கவிதையின் துல்லியம். கவிஞரின் மனதின் மொழியைக் கண்டுபிடித்து, வார்த்தைகளின் ஆன்மாவில் பயணம் செய்து, ஆர்ப்பாட்டமில்லாமல் எளிமையான நடையில், மொழிபெயர்ப்பதென்பது எவ்வாறு சாத்தியம்? அதுவும் அவ்வளவு இளைய வயதில்?

மொழிபெயர்ப்பு என்றால், அப்போது எனக்கு வ.கீதா – எஸ்.வி. ராஜதுரையையும், இந்திரனையும் பிடிக்கும். அன்னா அக்மதோவாவின் கவிதைகளையும், அறைக்குள் வந்த ஆப்பிரிக்க வானம் என்னும் தொகுப்பையும் படித்துக்கொண்டிருந்த காலம்.

'வனம்' கவியரங்குகளில் மிக மென்மையான குரலில், அந்த அந்திமாலையை இனிப்பாக்கும் வண்ணம் ப. கல்பனா கவிதைகளை வாசிப்பார். நேரடியாக இதயத்தைத் தைக்கும் உணர்வுகளாக அந்தக் கவிதைகள் இருக்கும். விரல்விட்டு எண்ணக்கூடிய பெண் கவிஞர்களே அன்று கவிதைகளை எழுதிக்கொண்டிருந்தனர். கல்பனாவின் 'கீறல் விழுந்த மாலைக் காலங்கள்' என்ற கவிதையைப் படித்து, வியப்படைந்தேன்.

கல்பனா, கவிஞர்களில் ஓர் அபூர்வம் என்பதை உணர்ந்த காலம் அது.

தொண்ணூறுகளின் இறுதியில், 'பார்வையிலிருந்து சொல்லுக்கு' 'சீனத்துக் கவிதைகள்' என்ற இரண்டு தொகுப்பு களை வெளியிட்டார். அதற்குப் பிறகு, ப.கல்பனா மிகுதியாக எழுதவில்லை.

கிருஷாங்கினி தொகுத்த 'பறத்தல் அதன் சுதந்திரம்' என்ற பெண் கவிஞர்களின் தொகுப்பு வெளிவந்தபோது, பல பெண் கவிஞர்களின் கவிதைகள் பரவலாகப் பேசப் பட்டன. 'பறத்தல் அதன் சுதந்திரம்' என்ற தலைப்பில் அமைந்த அந்தக் கவிதையை எழுதியவர் கல்பனாதான்.

கல்பனாவை இவ்வளவு விரிவாகப் பேசுவதற்குக் காரணம் ஒன்றுண்டு. இன்றுள்ள பல கவிஞர்களைப் போல் கல்பனா என்றுமே தன்னை முன்னிறுத்திக் கொண்ட தில்லை. மேடைக்கோ, மாலைக்கோ, புகழுக்கோ, விருதுக்கோ ஆசைப்பட்டதில்லை. சிறுகதையுலகில் ஓர் ஆர்.சூடாமணி யைப் போல, எனக்குத் தெரிந்து கவிதையுலகில் கல்பனா.

> "மேடைக் கலை உன்னதமாய் இருக்கலாம்
> அதை விடவும் உன்னதம் மௌனம்
> ஏனெனில் ஒருவார்த்தைகூட உச்சரிக்காமல்
> துயரம் சொல்லப்பட வேண்டுமென்று நான் நம்புகிறேன்.
> நானொரு தப்பியோடிய மேகம்"

என்று இத்தொகுப்பில் ஒரு கவிதையுள்ளது. கல்பனாவும் ஒரு தப்பியோடிய மேகம்தான்.

'சீனக் கவிதைகள்' என்ற இத்தொகுப்பின் முதல்பதிப்பு 1999ஆம் ஆண்டு வெளிவந்தது. இலக்கிய உலகில் இத்தொகுப்பு அன்று பேசப்படாதது நம் காலத்தின் துரதிர்ஷ்டம். கவிதை எழுதி, பெயர் வாங்க நினைப்பவர்கள் இந்தத் தொகுப்பைத் தொடவேண்டாம்.

இத்தொகுப்பில் இருப்பது வெறும் கவிதைகள் அல்ல; இங்குமங்கும் வானத்தில் அலைகின்ற மேகங்கள்; மதுக்கோப்பையில் வழிகின்ற நிலவொளி; மௌனத்தைக் காலமெல்லாம் பேசிக்கொண்டு உயர்ந்து நிற்கின்ற மலைகள்; ஓடிக்கொண்டே இருக்கின்ற காலத்தின் நதி; தன் வாசனையை அனுப்பிக்கொண்டே இருக்கும் வண்ண வண்ண மலர்கள்.

மலைகளுக்கும், நதிகளுக்கும், பூக்களுக்கும் கல்பனா போகிற போக்கில் சமர்ப்பணம் செய்யவில்லை. சீனக்

கவிதைகளின் ஆன்மா இயற்கையில் உறைந்து இருப்பதை உணர்ந்தே சமர்ப்பணம் செய்திருக்கிறார்.

இசையைக் கேட்கத் தெரியாதவர்களால், ஓவியத்தை ரசிக்கத் தெரியாதவர்களால், கவிதைக்குள்ளும் பயணம் செய்ய முடியாது.

ஒரு தேர்ந்த வாசகனால், இக்கவிதையின் மூலம் சீனாவின் நிலப்பரப்பையும், வாழ்க்கையையும் உணரமுடியும். கல்பனாவின் மொழிபெயர்ப்பில், உண்மையில் 'சீனம்' கரைந்து, தமிழ் வாழ்க்கை விரிவதுபோல் எனக்குத் தோன்று கிறது. இத்தொகுப்பில் உள்ள காதல் கவிதைகளை, சங்கக் கவிதைகளை வாசிப்பதுபோல் வாசிக்க இயலும். இதன் பொருளை வாசகர்கள் சரியான அர்த்தத்தில் புரிந்துகொள்ள வேண்டும். சங்கக் கவிதைகளை வாசிக்கும்போது கிடைக்கின்ற பேருணர்வு, இத்தொகுப்பை வாசிக்கும்போதும் கிடைக்கின்றது என்பதை நான் வலியுறுத்த விரும்புகிறேன்.

> "ஒளிவு மறைவற்ற கண்ணாடிபோல
> அத்தனை பரிசுத்தமானது என் இதயம்.
> உண்மையான அன்பால்
> உன்னால் அதைப் பிரகாசிக்கச் செய்ய முடிந்தால்,
> நிச்சயமாக அது
> உன் ஆன்மாவைப் பிரதிபலிக்கும்
> நம்பிக்கைத் துரோகத்தால்
> ஒருபோதும் அதை மிதிக்காதே
> ஒரு கண்ணாடித் துண்டைப்போல்
> எளிதில் உடையக் கூடியது அது"

இதயத்திற்குச் சீனம், வங்காளம், கன்னடம், தமிழ் என்று மொழி உண்டா என்ன? கல்பனா தன் மொழி பெயர்ப்பை உணர்ந்தும், ரசித்தும் செய்திருக்கிறார். மழைபொழிவதைப் போல மிக இயல்பாகப் பனிக்கட்டியில் நனைந்தும், கடலின் இசையைக் கேட்டும், மஞ்சள் நதியைச் சீன மக்களின் ஆன்மாவாக உணர்ந்தும் செய்திருக்கிறார்.

பல்வேறுபட்ட வாழ்க்கைகளை, மனிதர்களின் பல்வேறு பட்ட உணர்வுகளை, வித்தியாசமான கற்பனைகளை, இயற்கையின் பல்வேறு வகையான முகங்களை இத்தொகுப்பில் உள்ள ஒவ்வொரு கவிதையும் பிரதிபலிக்கிறது.

'விவாகரத்து' என்ற சிறுகவிதை. ஒரு தாயின், ஒரு தந்தையின், ஒரு குழந்தையின் உணர்வுகளைச் சொல்கிறது.

"மங்கலாய்ப் புன்னகைத்தபடி
தன் ஐந்துவயதுக் குழந்தையை
வெளியே எடுத்துச் செல்கிறாள் அவள்"

இந்த முதல்வரி ஒரு பெண்ணின் / தாயின் சித்திரம்.

"அவனது கண்கள் உணர்வோடு ததும்புகின்றன
சுழலிலுள்ள ஒற்றைப் படகாய்..."

இந்த இரண்டாம்வரி, ஓர் ஆணின் மனவுணர்வு.

"தந்தையின் நிழலைச் சுமந்தபடி
மெல்லிய கைகளால்
இனிப்பு மிட்டாயைப் பிசைந்தபடி
தன் தாயுடன் நெடுந்தூரம் செல்கிறது குழந்தை"

இந்த மூன்றாம் வரியில், சிந்தப்படாத ஒரு குழந்தையின் கண்ணீர் தெரிகிறது. தந்தையின் நிழலைச் சுமந்த அந்தக் குழந்தையை யாரால் மறக்க இயலும்?

"ஒரு துக்கமான கணம்
என்றென்றும்
ஒரு நினைவை ஏற்றியபடி...."

என்று கவிதை முடிகிறது.

ஒரு துக்கமான வாழ்க்கையின் இந்த அரிய கணத்தைச் சிறைபிடித்த அந்தச் சீனக் கவிஞர், மேதையாகத்தான் இருக்க முடியும்.

ஆர்ப்பாட்டமில்லை. உணர்வுகளின் கோடுகளால் வரையப்பட்ட வாழ்க்கையின் எளிமையான சித்திரம்.

சீன வாழ்க்கை நம்மிடமிருந்து வேறுபட்டிருக்கலாம். ஆனால், சீனக் கவிதைகளின் உணர்வுகள் நமக்கு நெருக்கமாக இருக்கின்றன.

இத்தொகுப்பில் நான் படித்து, பிரமித்த ஏராளமான கவிதைகள் உண்டு. கவிதையை, மௌனமாக வாசித்தலின் அனுபவத்தை என்னைப் போலவே நீங்களும் உணர்ந்திருப்பீர்கள். மௌனமாக வாசித்தல் என்பது அந்தக் கணத்துக்குள் கரைந்து போதல். முகம் தெரியாத ஒரு கவிஞனின் இதயத் துடன் ஒன்றுதல். உயிரைப் பேச வைத்தல்.

'ஓர் ஆப்பிளின் அசைவற்ற வாழ்க்கை' என்ற கவிதை இப்படிப்பட்டது. ஆப்பிளை வரையும் கலைஞனின் மன உணர்வுகளைச் சொல்லும் அற்புதமான, மிக அற்புதமான

கவிதை இது. உன் அழகிய வாழ்க்கையைத் தீட்டுவதன்மூலம் நான் காலத்தை மறுபடியும் உயிர்ப்பித்துக் கொள்கிறேன். என்கிறான் / என்கிறாள் சென் சோங் யீ என்ற கவிஞன். (இதை எழுதியவர் ஆணா? பெண்ணா? என்று எனக்குத் தெரியாது. அது தேவையில்லை.)

'கவிஞன் மட்டுமே கலையை உருவாக்குவதில்லை. கலையும் கவிஞனை உருவாக்குகிறது' என்னும் பேருண்மையை வெளிப்படுத்துகின்ற கவிதை இது.

கலையைப் பற்றியும், அழகியல் உணர்வைப் பற்றியும் நூறு நூறு பக்கங்களுக்கு எழுதினாலும் எழுதித் தீராது. ஆனால், இந்தக் கவிஞர் இரண்டே இரண்டு வரிகளில் இப்படி எழுதுகிறார்:

"அழகு வசப்படுத்தவேண்டும் படைப்பை
பிரதியெடுப்பதுடன் திருப்தியடையக்கூடாது".

இத்தொகுப்பில் உள்ள ஒவ்வொரு கவிதையிலும் மென்மையான ஓர் உணர்வோ, இயற்கையின் பேரெழிலோ, சின்ன வாழ்க்கையோ, உறவின் இனிமையோ அல்லது கசப்போ, நம் சூழலுக்கு நெருக்கமாகச் சொல்லப்பட்டிருக்கிறது.

'துணிகளுக்கு ஒட்டுப்போடும் பெண்', 'சந்திப்பு', 'இந்த மண்ணை நான் நேசிக்கிறேன்', 'உனக்காகக் காத்திருக்கிறேன்', 'விருந்தில் நிகழ்ந்த உரையாடல்', 'மரணத்தைப் பற்றியொரு கவிதை' என்று பல கவிதைகள் நம் சூழலுக்கு நெருக்கமாக இருக்கின்றன.

"ஏன் என் கண்கள்
எப்போதும் கண்ணீரால் தளும்பிக் கொண்டிருக்கின்றன
ஏனெனில் இந்த மண்ணை நான் நேசிக்கிறேன்
மிக ஆழமாக".

என்னும் வரியை ஒரு தமிழ் மனம் ஆழமாக உள்வாங்கிக் கொள்ளும் என்று நம்புகிறேன்.

"ஒரு காலத்தில் நீ
என் துணையாக இருந்தாய்
சுழியும் நீரின் நடனம் போல்
அத்தனை தூய்மையாய்
தரையில் சுழலும் பனிக்கட்டி போல்
அத்தனை மிருதுவாய்"

என்னும் கவிதையை அவ்வளவு அழகாக, எளிமையாக மொழிபெயர்த்திருக்கிறார் கல்பனா. இசைமயமான ஓர்

உறவின் நெருக்கம் அந்தக் கவிதை முழுதும் சொல்லப் பட்டிருக்கிறது.

> "ஐயோ, இவ்வளவு விரைவாக
> நாம் ஏன் பிரிந்தோம்"

என்று ஒரு வரி. சீனமொழியில், 'ஐயோ' என்ற சொல் இருக்கிறதா என்று எனக்குத் தெரியாது. ஆங்கிலத்தில் அந்தக் கவிதை எப்படி மொழிபெயர்க்கப்பட்டுள்ளது என்பதும் எனக்குத் தெரியாது. ஆனால், அந்தக் கவிதையில் உள்ள உணர்வின் ஒவ்வொரு துளியையும் நம் மொழிக்குள் கல்பனா கொண்டுவந்துவிட்டார் என்பதை மட்டும் என்னால் புரிந்துகொள்ள முடிகிறது.

இந்த மொழிபெயர்ப்பு தந்த பரவச அனுபவத்திலிருந்து என்னால் மீள இயலவில்லை என்பதை ஒரு வாசகனாகப் பதிவு செய்ய விரும்புகிறேன். இத்தொகுப்பின் ஒவ்வொரு சொல்லிலும் ஒரு வாழ்க்கை முடிவற்ற வானமாய் விரிந்து கொண்டே செல்கிறது.

மொழிபெயர்ப்பின்வழி, மொழி கடந்த, சொல்லில் அடங்காத ஒரு பேருணர்வை வாசகர்களுக்கு அளித்துள்ளார் கல்பனா.

> "மழையை அடுத்த வானவில்
> தெளிவான பல பார்வைகளைத் தருகிறது
> ஆனால் யாரும் கவனிப்பதில்லை".

என்று ஒரு வரி இத்தொகுப்பில் உள்ளது.

நல்ல கவிதையும் மழையை அடுத்த வானவில் போன்றதுதான்.

வானவில்லை ஏந்தும்போது, நம் விழிகள் ஒளிரும்.

நம் மொழிக்குத் தன் விரல்களால் மற்றுமொரு மகுடத்தைச் சூட்டிய கல்பனாவிற்குத் தமிழ் இலக்கிய உலகின் சார்பில் வாழ்த்துகளைக் கூறுவது என் கடமை.

8.12.2017   என்றும் அன்புடன்,
                                            பா. இரவிக்குமார்

பொருளடக்கம்

குன்றுப்பாடல் 25
Hang Dong

துணிகளுக்கு ஒட்டுப்போடும் பெண் 27
Ai Quing

சந்திப்பு 29
Chen Chunqiong

என் இதயம் 30
Yi Lin

உன் கரம் 31
Han Dong

வாழ்க்கை 32
Wang Guozhen

என் மனைவிக்கு 33
Tao Zhu

பனிக்கட்டி 34
Sang Hengchang

அவன் எழுந்து விட்டான் 35
Ai Qing

கண்ணாடி 36
Ai Qing

மலைகளில் இருக்கும் யாரோ ஒருவனுக்கான பதில்... 37
Li Bai

ஒரு பனித்துணுக்கின் களிப்பு 38
Xu Zhimo

கரத்தின்மீது இதயம் 39
Lei Shuyan

இயற்கைக்காட்சி 40
Wang Danhui

தனிமை 41
Zou Difan

இலையுதிர் காலம் 42
Fang Bing

நிலா பார்த்தல் 43
Huang Dongcheng

மனைவிக்கு 45
Huang Huai

ஒருகாலத்தில் நீ என் துணையாக இருந்தாய் 47
Lin Xi

இயற்கை அன்னைக்கு 49
Lei Ting

சமவெளியில் உரக்கச் சத்தமிடுதல்
மிக மகிழ்வானது 50
Yao Zhenhan

வழியனுப்புதல் 52
Wu Bengxing

நீர்வீழ்ச்சி 53
Chen Jiguang

மழைப்புயலை வரவேற்கும் பசுமரம் 54
Yei Lei

காட்டு நிலங்களிலிருக்கும் மஞ்சள் குருவி 55
Cao Zhi

இரவுப் பறவைகள் 56
Xi Chua

இந்த மண்ணை நான் நேசிக்கிறேன் 57
Ai Qing

படகு 58
Ren Hongyuan

வறண்ட ஆற்றுப்படுகை 61
Li Ying

மஞ்சள்நதி 63
Xiao Xue

சூரியன் 64
Zhao Kai

இல்லை, தலைப்பு இல்லை 66
Su Min

ஓர் ஆப்பிளின் அசைவற்ற வாழ்க்கை 67
Chen Song Ye

வால் முறிந்த காளை 69
Xu Weixin

நானொரு தப்பியோடிய மேகம் 71
Lin Xiaoyu

அலைகள் 73
Liu Liping

எதிர்காலத்தில் நம்பிக்கை 74
Shi Zhi

என் கனவிலுள்ள சொத்து 76
Xi Chuan

கடலின் இசை 78
Xu Zhimo

என்ன சொல்கின்றன பறவைகள் 81
Chen jingrong

புனிதமான பார்வையாளர்கள் 82
Wei Zhiyuan

செய்தி 84
Xu Zhimo

முதியவரை வினவுதல் 85
Chen Jingrong

பிரிந்து போகும் நண்பனுக்கு 86
Li Bai

குடித்துக்கொண்டிருக்கையில் நிலாவின்
பிரதிபலிப்புகள் 87
Li Bai

நிலாவொளியில் என் சகோதரர்களை நினைக்கையில் 89
Du Fu

பரந்த வெளியை நோக்கி 90
Chen Jingrong

நாட்டுப்புறப்பாடல் 91
Jidi Majia

முரண் 92
Jidi Majia

சுய உருவப்படம் 93
Jidi Majia

பதில் 95
Jidi Majia

உதிர்ந்த இலைகளின் பாடல் 96
Xu Zhimo

திண்மங்களும் தளங்களும் 97
Ye Yanbin

விருந்து 98
Cao Zhi

ஒரு சிறிய பழமையான நகரம் 99
Lin Ke

Bai Hua கவிதைகள்
நட்சத்திரங்கள் சிரித்தன 103
ஒன்றில் 104
வெளிப்பாடு 105

என் வாசகர்களுக்கு ஒரு பதில்	108
மழைக்காட்சி	109
இங்கே வசந்தம் மட்டுமே	110

Zhang Ye கவிதைகள்

விவாகரத்து	113
முதியபெண் 1	114
முதியபெண் 2	115
கருமை	117
முத்துக்கள்	119
நீலம்	120
பாலைவனத்தின் வசீகரம்	121
காதல் சங்கிலி	122
மரணத்தைப் பற்றியொரு கவிதை	123
பாலைவன சூரியாஸ்தமனம்	124

நாட்டுப்புறப்பாடல்கள்

அஸாலியா மலர் 127
Dai

பனி நாரையும் ஃபீனிக்சும் 128
Naxi

விருந்தில் நிகழ்ந்த உரையாடல் 129
Dai

குடையை மிஞ்சும் Ai இலைகள் 131
Dai

ஒரு நீர்த்தேக்கம் இருக்கிறது நம் கிராமத்தின்
கிழக்குப்புறத்தில் 132
Dai

உனக்காகக் காத்திருக்கிறேன் 133
Shui

Chang Yao கவிதைகள்

நீரில் நடப்பவன் 137
பனிநிலம் 138
நீர் சுமக்கும் பெண்கள் 139
டன்ஹூவான் குகைகளில் ஒட்டக மணியோசை
கவனித்தல் 140
அழகியல் குறித்து தற்செயலான வரிகள் 141
ஒரு தெற்கத்திப் பாடல் 143
நூறு காளைகள் 144
சிறுநகரத்தின் மந்தகாலம் 145
வெற்றுக்கோட்டை 147
ஏழடிக்கவிதை 149
Cao Zhi

கவிஞர்கள் பற்றிய சிறுகுறிப்புகள் 151

குன்றுப்பாடல்
Hang Dong

அவன் சிறுவனாக இருந்தபோது
தன் தந்தையிடம் கேட்டான்
"குன்றுகளுக்கப்பால் என்ன இருக்கிறது?"

"குன்றுகள்" என்று
அவன் தந்தை சொன்னார்
"அவற்றுக்கும் அப்பால்?"
"குன்றுகள், மேலும் குன்றுகள்"

தொலை தூரத்திற்குள் அவன் அமைதியாய்
பார்த்தபோது
குன்றுகள்
அவனைச் சோர்வடைய வைத்தன
இதற்குமுன் எப்போதுமில்லாத வகையில்

"ஒரு வாழ்நாள் போதாது
இந்தக் குன்றுகளிடமிருந்து விடுபட"
என்று அவன் நினைத்தான்

கடல் அங்குள்ளது
ஆனால் முற்றிலும் தொலைவில்

இன்னும் சில வருடங்கள் மட்டுமே
அவன் வாழ முடியும்
மேலும் அங்கு போவதற்குள்
சாலையில் இறந்து கிடக்கலாம்
குன்றுகளில் செத்திருக்கலாம்

அவன் உணர்ந்தான்
தன் மனைவியுடன் சேர்ந்து
ஒரு மகன் வேண்டும் அவனுக்கு

அந்த மகன் வளர்வான்
அவன் இறக்கும்போது
அவனுக்கு ஒரு மனைவியும்
மக்களும் இருப்பார்கள்

அவர்களுக்கும் அவர்களுடைய மகன்கள் இருப்பார்கள்
அவன் சிந்திப்பதை நிறுத்தினான்

மகன்களும் அவனைச் சோர்வடைய வைத்தார்கள்

அவன் வருத்தம் மட்டுமே பட்டான்
அவன் மூதாதையர்கள்
அவனைப் போல் சிந்தித்ததேயில்லை

அல்லது அவன் மட்டுமே
கடலைப் பார்த்தவனாக இருக்க வேண்டும்.

துணிகளுக்கு ஓட்டுப்போடும் பெண்

Ai Quing

சாலையோரமாக அமர்ந்திருக்கிறாள்
துணிகளுக்கு ஒட்டுப்போடும் பெண்

மக்கள் பாதை கடக்கும்போது
தூசி மேலெழுகிறது

தூசி
அவள் கைக்குட்டையைப் போர்த்துகிறது
தூசி
துணிகளைப் பழுப்பேற்றுகிறது

அவள் குழந்தை அழத்தொடங்குகிறது
குழந்தையின் கண்ணீர்த்துளிகள்
சூரியனால் உலர்த்தப்படுகின்றன

அவள் அதைக் கவனிப்பதில்லை
அமைதியாகத்
தன்னுடைய வீட்டையே நினைக்கிறாள்

பீரங்கி நெருப்பால்
அதன் கூரை அழிக்கப்பட்டது

அமைதியாக அவள்
துணிகளுக்கு ஒட்டுப்போடுகிறாள்
மக்களுக்காக

மேலும் அவள்
குழந்தையின் கண்களை
அந்தப் பரிதாபமான சிவப்பேறிய விழிகளை
அப்படியே விட்டு விடுகிறாள்
காலிக்கூடையை வெறிக்கும்படி

சாலையோரமாக அமர்ந்திருக்கிறாள்
துணிகளுக்கு ஒட்டுப்போடும் பெண்

சாலை போய்க்கொண்டே இருக்கிறது
முடிவற்று

கடந்துபோகும் சில பாதசாரிகளுக்காக
அவள் காலுறைகளுக்கு ஒட்டுபோடுகிறாள்

போய்க்கொண்டே இருக்கிறார்கள்
அந்தப் பாதசாரிகளும்.

சந்திப்பு

Chen Chunqiong

மரங்களடியில் மழைக்காக ஒதுங்கியபோது
நாம் சந்தித்துக் கொண்டோம்
நீயோ
உன் துடிப்பான மனைவியுடன்

பத்துவருடங்களின் மாயை
ஒரே நொடியில் அழிக்கப்பட்டது
பத்துவருடங்களின் காத்திருப்பு
அதன் பொருளை இழந்தது

நான்
என் இதழ்களை இறுக்கினேன்
ஒரு மெல்லிய முறுவலுக்குள்

கண்ணீர்
என் முகத்தில் வழிந்துவிடக்கூடும்

வியந்துபோய் நிற்கும்
உன் மனைவியைப் பார்த்து
என் முகத்தை
அழுந்தத் துடைத்துக் கொண்டு சொன்னேன்

"ஓ! இந்த மழை"

என் இதயம்
Yi Lin

ஒளிவு மறைவற்ற கண்ணாடிபோல்
அத்தனை பரிசுத்தமானது என் இதயம்

உண்மையான அன்பால்
உன்னால் அதைப் பிரகாசிக்கச்செய்ய முடிந்தால்
நிச்சயமாக அது
உன் ஆன்மாவைப் பிரதிபலிக்கும்

நம்பிக்கைத்துரோகத்தால்
ஒருபோதும் அதை மிதிக்காதே

ஒரு கண்ணாடித்துண்டைப்போல்
எளிதில் உடையக் கூடியது அது

உன் கரம்

Han Dong

நீ தூக்கத்திற்குள் மூழ்கியபோது
என்மேல் உன் கரம் விழுந்தது
என் ஆழ்ந்த உறக்கத்தை விரட்டியடித்தது

அதன் மெல்லிய எடை
கூடிக்கொண்டே போயிற்று
இரவு வளர வளர

ஒருசிறு மாற்றம்கூட
உன் தோற்றத்தில் இல்லை
அன்பின் தேர்ந்த அடையாளம்
ஒருவேளை, ஓர் ஆழமான பொருளுடன்

அதை அப்புறம் தள்ள
நான் துணியவில்லை
உன்னை எழுப்பவும்

ஆனால் அதற்கு நான் பழகிவிட்ட
மேலும் விருப்பப்பட்ட நேரத்தில்

திடீரென உன் கரத்தை
நீ எடுத்துக்கொண்டு விட்டாய்
ஏதோ கனவு கண்டவன் போல்

எதையுமே புரிந்துகொள்ளாமல்.

வாழ்க்கை
Wang Guozhen

நீ மகிழ்ச்சியை ஏற்றுக்கொள்ளும்போது
துன்பத்தையும் ஏற்றுக்கொள்கிறாய்
நீ நிதானத்தைத் தேர்ந்தெடுக்கும்போது
குழப்பத்தையும் அடைகிறாய்

நீ பிறரை வெற்றி கொள்ளும்போது
நீயும் வெற்றி கொள்ளப்படுகிறாய்
நீ ஓரடி முன்னே வைக்கும்போது
ஒன்றை இழக்கவும் செய்கிறாய்

நீ விடியலைத் தழுவியபடியால்
எப்படி நிராகரிக்க இயலும் அந்தியை?

என் மனைவிக்கு

Tao Zhu

யுத்தபூமிக்குத் திரும்புவது
எனக்குக் கடினமானதாய் இருக்கிறது

உன்னுடைய ஆழ்ந்த கரிசனமும்
உன்னதமான ஆன்மாவும் என்னைத் தொடுகின்றன

கருணையற்று வருடங்கள் கடப்பதால்
என் முடி வெளுக்கிறது

என் எஞ்சிய வாழ்வு
அவமானத்திலும்
என்னால் அமுக்கப்பட்ட என் கசப்புகளிலும்

ஒரு நோயாளிக்குதிரை லாயத்தில் கனைக்கிறது
சண்டையில் சேர்ந்துகொள்ள மிகத்தாமதமாகி விட்டது

பனியின் தாக்குதலுக்குப் பயப்படுகிறது
இலைகளற்ற ஒரு பனைமரம்

ஒருவனின் எல்லா பழைய சாதனைகளும்
மறக்கப்படுகின்றன
மூடுபனிபோல் மாயமாகிப் போகின்றன

இருந்தாலும்
என் முன்னால் பரந்திருக்கிறது உலகம்
என் இதயம்
சுயநல விருப்பங்களிலிருந்து விடுபட்டிருக்கிறது

பனிக்கட்டி

Sang Hengchang

எத்தனைக் குளிர்ச்சியோ
அத்தனை இறுக்கமாகவும் இருக்கிறாய்

உன்னைச் சமாளிப்பது கடினமானது

வசந்தம்
உன் செவியில் வளைந்து
சில வார்த்தைகளைச் சொன்னது

அதன் கரங்களில் நீ இருந்தாய்

அவன் எழுந்து விட்டான்
Ai Qing

அவன் எழுந்து விட்டான்

பகைவனால் அவனுக்காகத் தோண்டப்பட்ட
ஆழமான குழியின்
எத்தனையோ வருடங்களின் அவமானங்களிலிருந்து

அவன் புருவம் சிவப்பேறித் துடிக்கிறது
நெஞ்சு கொதிக்கிறது
ஆனால்
அவன் சிரித்துக் கொண்டிருக்கிறான்

இதற்குமுன் எப்போதும்
இதுபோல அவன் சிரித்ததில்லை

அவன் சிரித்துக்கொண்டிருக்கிறான்
அவன் கண்கள்
முன்னோக்கிப் பிரகாசித்துக் கொண்டிருக்கின்றன

புதைகுழிக்குள் அவனைத் தள்ளிய
எதிரியைத் தேடுவதுபோல்

அவன் எழுந்துவிட்டான்

அவன் நிற்கிறபோது
எல்லா மிருகங்களை விடவும்
அவன் வலிமையாய்த் தோன்றுவான்

எல்லா மனிதர்களை விடவும்
புத்திசாலியாயும்

பகைவனின் மரணத்திலிருந்து
தன் பழைய வாழ்வைப்
பறித்துக்கொள்ள வேண்டியிருப்பதால்

இதுபோல்தான்
அவன் இருந்தாகவேண்டும்

கண்ணாடி

Ai Qing

வெறும் தட்டை வெளியானாலும்
அது ஆழங்காண முடியாததாய்த் தோன்றுகிறது

அது உண்மையை ஆழமாக நேசிக்கிறது
குறைகளை
ஒருபோதும் மறைப்பதில்லை

அது நேர்மையாக இருக்கிறது
தேடுபவர்களிடத்தில்

ஒருவன் குடிமயக்கத்தில் தள்ளாடுகிறானா
அல்லது
பனிபோல் தலை நரைத்துவிட்டதா

யார் வேண்டுமானாலும்
அதில் தன்னைக் கண்டெடுக்கலாம்

சிலர் அதை விரும்புகிறார்கள்
ஏனெனில் அவர்கள் அழகாகத் தெரிகிறார்கள்

சிலர் அதைத் தவிர்க்கிறார்கள்
ஏனெனில் அது மிக வெளிப்படையாய் இருக்கிறது

அதை வெறுப்பதோடு உடைத்தெறியவும் விரும்பும்
இன்னும் சிலரும் இருக்கிறார்கள்.

மலைகளில் இருக்கும் யாரோ ஒருவனுக்கான பதில்
Li Bai

நீ கேட்கிறாய்
நான் ஏன் பச்சைக்குன்றுகளின் நடுவே
வாழ்வதைத் தேர்ந்தெடுத்தேனென்று

பதில் சொல்லாமல் நான் புன்னகைக்கிறேன்
என் இதயம் அமைதியில்

பீச் அரும்புகள் நீரோடையில் மிதக்கின்றன

அங்கே சொர்க்கங்களும் பூமிகளும் உள்ளன
மனிதர்களின் உலகைக் கடந்து

ஒரு பனித்துணுக்கின் களிப்பு
Xu Zhimo

காற்றில் ஓய்வாக மிதக்கும்
ஒரு பனித்துணுக்காக நானிருந்தால்

நிச்சயம்
என் சுமைகளை எடுத்துக்கொண்டு
பறப்பேன், பறப்பேன், பறப்பேன்

என் சுவடுகள் பூமியில்

நீ பார்க்கலாம்
தனிமை சூழ்ந்த பள்ளத்தாக்குகளில்
சறுக்கி விழாமல்
ஒற்றைக் குன்றோரம் சறுக்கி விழாமல்
வெறிச்சோடிய தெருக்களிலும் அலைந்து
கொண்டிராமல்

என் சுமைகளோடு
பறப்பேன், பறப்பேன், பறப்பேன்

காற்றில் நளினமாக ஆடிக்கொண்டு
அந்த அமைதியான வீட்டில் ஊடுறுவிக்கொண்டு
அவள் வருகைக்காகத் தோட்டத்தில் காத்துக்கொண்டு

பறப்பேன், பறப்பேன், பறப்பேன்
ஓ! அவள்
ப்ளம் அரும்புகளைப் போல் மணக்கிறாள்

என் மென்மையைச் சாதகமாக்கிக் கொண்டு
அவள் மேலாடையின் முன்புறம் இறங்குவேன்

சிற்றலைபோல் மென்மையான
அவள் இதயத்தைத் தழுவியிருந்து
உருகுவேன், உருகுவேன், உருகுவேன்

உருகிக்கொண்டேயிருப்பேன்
சிற்றலைபோல்

மென்மையான அவள் இதயத்திற்குள்

கரத்தின்மீது இதயம்
Lei Shuyan

ஓர் அடர்ந்த பச்சை இலைமேல்
பழுத்த ஸ்ட்ராபெரி போல்
என் கரத்தின் மீது
என் இதயத்தை நான் வைக்க முடிந்தால்

ஒரே இமைப்பில்
நீ அறிந்து சொல்லக்கூடும்
எவ்வளவு பூரிப்புடன் சிவந்திருக்கிறதென்று

ஆனால் உண்மையாகவே
ஓர் அடர்ந்த பச்சை இலைமேல்
பழுத்த ஸ்ட்ராபெரி போல்
நான் அதை அங்கு வைத்தால்
அது நிச்சயமாகக் கொத்தப்படும்
வெறுக்கத்தக்க பறவைகளால்

பிறகு நானென்ன சொல்ல
இதயம் குடையும் வலியை எப்படிக் காட்ட?

இயற்கைக்காட்சி

Wang Danhui

மந்தார வானத்தின் கீழே இரண்டு நிழல் உருவங்கள்
ஒன்று கறுப்பு மற்றொன்று வெள்ளை
சிற்பத்துடன் சேர்கின்றன
ஒரு காட்சியை உருவாக்க

சுறுசுறுப்பான காலைத்தென்றலில் இரண்டு
ஆன்மாக்கள்
ஒன்று முதிர்ந்தது மற்றொன்று இளையது
அவை தழுவப்பட்டிருக்கின்றன
பழமையுடைய அடர்ந்த மூடுபனியினால்

இன்றைய காற்று நகலெடுக்கிறது
நேற்றையதை

இன்றைய இயற்கைக்காட்சி காத்திருக்கிறது
நாளைய ஓவியங்களுக்காக

தனிமை
Zou Difan

இப்போது நானொரு தனிமரம்

இலைகளான கண்கள்
சூரிய ஒளிக்காக ஊடுறுவும்
வேர்களில்

எங்கெங்கும் காற்றில் உன்னைத் தேடியபடி

கீழே எங்காவது உன்னைக் கண்டெடுக்க
பூமிக்குள் நீல நரம்புகளை அனுப்புகின்றன
என் விரல்கள்
நான் அழிந்ததாக நினைக்காதே
பட்டுப்போகும் வரையில்

ஒரு மரத்தால் முடியும்
உயர்த்திப் பிடிக்கப்பட்ட ஒருவிளக்கால் முடியலாம்

வெகுகீழே பொறிகள் பறப்பதை
உன்னால் பார்க்க முடிகிறதா

என் மனமும் உடலும்
அங்கே
தாமே எரித்துக்கொள்கின்றன

இலையுதிர் காலம்
Fang Bing

உதிர்ந்த இலைகள்
அமைதியாக உரசிச் செல்கின்றன
என் சன்னலில்
காலங்காலமாய்

கதவு சிரமப்பட்டு திறப்பதுபோல் தோன்றுகிறது
காற்றின் குறும்பிற்கு

ஆனால் பக்கத்து வீட்டுக்காரரின் மூன்றுவயது மகள்
உள்ளே நுழைந்தாள்

தன்னிரு கைகளிலும் ஏந்தியிருந்த
ஒளிநிறைந்த செந்நிற ஆப்பிளைத்
தந்தாள் பரிசாக

நிலா பார்த்தல்
Huang Dongcheng

நான் சன்னலைத் தள்ளித் திறந்தேன்
குளிர் பீறிடும் நிலாவெளியில்
நிலாவை எட்டிப் பார்த்தேன்
என் வீட்டிலிருந்து

உயரமாய் இருந்தன குன்றுகள்
தொட்டிகள் நீரோடைகளாய்
மீன்பிடி படகுகள்
தங்கள் துடுப்புகளை மெல்ல அமிழ்த்துகின்றன

கிராமத்தின் முடிவிலுள்ள
வளைவான ஒரு கற்பாளம்
பிரதிபலிக்கிறது
தலைகீழான நிலாவொளி வட்டத்தை

அரணுடைய புகைசூழ்ந்த கிராமம்

நீண்ட தெருவோரங்களில்
நெருக்கமான பழைய வீடுகள்
பசுமையான சாயலில்
கோவில் சுவர்கள் சிவப்பாக

பூமிக்கோவிலில்
வாதுமைக்கொட்டைகளை
நான் திருட்டுத்தனமாய் எடுத்தேன்
ஆற்றங்கரையில்
பளிச்சிடும் சிப்பிகளுக்காகத் துழாவினேன்

பழுப்பேறிய ஓட்டைப்பல்லுடைய
என் சிறிய தம்பியின் பின்புறம்
புழுதி படிந்துள்ளது
அவன் குளிக்கச் செல்லாதபோது

நிலாவொளியில் அம்மா அழைக்கும்போது
நான் அப்பங்களை வாசம் பிடித்தேன்

நிலாவெளியின்மேல்
சிறிய பிளவுண்ட பாதங்கள்

ஓசையெழுப்புகின்றன
வட்டமான அப்பங்களுக்காகவும் மஞ்சள்
நிலவுக்காகவும்

கடல்களைத் தாண்டி
இலக்கின்றிச் சுற்றித் திரிகிறவனே

சன்னலைத் தள்ளித் திற
நிலவை யோசி
வீட்டை
ஆழமாகக் கனவு காண்

நிலவில் ஒரு வீடுள்ளது.

மனைவிக்கு

Huang Huai

நீ தொடங்கிய வாக்கியத்தின் இறுதிப்பகுதியை
இப்போதுதான் நான் துண்டித்தேன்

ஒன்றுமில்லைதான்
ஆனால் இருபகுதிகளும் இணைந்திருந்தால்
அதுவோர் அற்புதமான கவிதையாக இருந்திருக்கும்

ரகசியத்தின் அடையாளமாய்
ஒரு தெரிந்துகொள்ளும் புன்னகை
பசுமையான சாயலில் பிரகாசித்த ஒரு பார்வை

தொங்கும் பளபளப்பான திராட்சைப் பழங்களைப்போல
அருமையான சுவையைத் தேக்கிக் கொண்டிருக்கிறது
நம் நெருக்கம்

எனக்குச் சார்பாக முடியும் நீ
அல்லது உனக்கு நான்
எந்தச் சந்தர்ப்பத்திலும்
நாம் உரிமையை அனுபவிக்கிறோம்
மாற்றில்லாமல் அல்லது முன்னேற்பாடில்லாமல்

இருபத்தைந்துவருட அன்பின் மொட்டு
பிரியாத உறவின் கனியாகிறது
நாம் வாதிடும்போது
சட்டென ஒருபொறி பறக்கிறது
ஆனால் அணைந்து போகிறது பெருநெருப்பாகாமல்
குளிர்ந்த உன் புன்னகை தோன்றுகிறது
அல்லது என் சமாதான வார்த்தைகள்
கேட்கப்படுகின்றன

தவிர நம் இருவரில் யாரும்
அவ்விடத்தை விட்டு
சொல்லிக்கொள்ளாமல் விலக விரும்புவதில்லை

இது நம் வாழ்வின் விதியாகி விட்டது
ஒருவரின் கோபத்தை ஒருவருக்குள்ளேயே
ஒருபோதும் அமுக்காமலிருப்பது

நாம் நடக்கையில்
என்னை ஒரு குழந்தையாக நீ நடத்துவாய்

எல்லா அபாயங்களையும் உனதாக்கிக் கொள்வாய்
என் பாதச்சுவடுகளில்
என்னை நடக்கப் பழக்குவாய்
புல்வெளி மேலும் கரடுமுரடான பாதைகளிலும்

என் வாழ்வை
நான் சக்கரங்களாக மாற்றும்போது
உன் மனிதனின் தண்டவாளங்களாக
நீ மாறுவாய்

வாழ்க்கைப் பயணத்திற்கு
ஒரே மாதிரி பச்சை விளக்கு
எப்போதும் கிடைப்பதில்லை

முன்னேறு, வலிந்து முன்னேறு
நாம் பிரியும் போதெல்லாம்
அடிக்கடி நாம் தொடர்பு கொள்ளுவதில்லை
ஆவலாயும் இருப்பதில்லை
ஒருவரையொருவர் மறப்பதுமில்லை

கையை அறியும் விரல் போல்
அல்லது ஓர் இரும்பு சன்னலின் வழியே தெரியும்
வாழ்வோட்ட நரம்புகளாய்

உலகையே சுற்றினாலும்
ஒரே அலைவரிசையில் நம் இதயங்கள்
காதலின் துல்லியமான செய்தியை அனுப்புகின்றன

இன்று தட்டுவதற்காக
நான் என் கையை உயர்த்துவதற்குள்
நீ கதவைத் திறந்து வரவேற்கிறாய்
முழுமையான மகிழ்ச்சியுடன்

குளிர்க்காற்றிலிருந்து நீ என்னைப் பாதுகாத்தாய்
கோடை மழையிலிருந்து நான் உன்னை
நீ தடுமாறுகையில்
நானுன்னைப் பிடித்து உயர்த்துகிறேன்
நான் மெலிகையில்
நீ எனக்கு வலுவூட்டுகிறாய்

எனினும் நாம் தனிமரங்கள்

வாழ்வின் வெம்மையால் சுற்றிக் கட்டப்படுகிறோம்
விதியின் வேர்களை நிர்மாணித்துக்கொண்டு

ஒருகாலத்தில் நீ என் துணையாக இருந்தாய்
Lin Xi

ஒருகாலத்தில் நீ
என் துணையாக இருந்தாய்

சுழியும் நீரின் நடனம் போல்
அத்தனை தூய்மையாய்
தரையில் சுழலும் பனிக்கட்டி போல்
அத்தனை மிருதுவாய்

மருளுகிற ஒருசிறுமியாய் நானும்
ஒருசிறுவனை விடவும்
துணிவுடையவனாய் நீயும் இருந்தபோது

ஒருகாலத்தில் நீ
என் துணையாக இருந்தாய்

ஒரு வண்ணக்காகிதப்படகு
சிறகடித்து
நம் தோள்களில் கவிந்தது

அதை நான் உந்தித் தள்ளியிருப்பேன்
ஆனால் நீ சொன்னாய்
அது அப்படியே இருக்கட்டும்
காலாகாலத்திற்குமாய்

ஐயோ
எவ்வளவு பரிதாபமானவன் நான்

எப்படி நான் நம்புகிறேன்

அந்நாதம்
ஒருகாலத்தில் நம் இதயத்தந்திகளை மீட்டிய
அதனொரு தொனி

திரும்பவும் ஒருமுறை எழுமென்று

தவறான படிகளில் எப்படியோ ஏறிவிட்ட
இதயத்தின் அமைதியான பரப்பு
அந்த மகிழ்ச்சியான சந்தத்தில்
சிதறுண்டது

கடைசியாக நம்மைப் பொதிந்து வைத்த
பகட்டான படகு உடைந்தது
இரவுத்தென்றலில் இன்னிசை மிதந்து போனபோது

ஐயோ, இவ்வளவு விரைவாக
நாம் ஏன் பிரிந்தோம்?

ஒரு பிரியா விடைக்குக்கூட
இன்னும்
அந்தத் தொனி மட்டுமே இருக்கிறது

இன்னும்
உன் இதயத்தில் பாதியாயும்
என் இதயத்தில் பாதியாயும்

இயற்கை அன்னைக்கு
Lei Ting

நான் நன்றாகவே அறிகிறேன்
இன்னும் இளையவனில்லை என்பதை
எனினும் சிறுஓய்வு வாய்ப்பதும்
கடினமானதாகவே இருக்கிறது

பல வண்ணமயமான பருவங்கள்
வழுக்கிச் செல்கின்றன என்னைக் கடந்து

நான் வருத்தத்துடன்
மீண்டும் காலத்தைத் தவறவிடுகிறேன்
முழுநிலவையும்

இயற்கை அன்னையே
என் வேண்டுதலைத் தாராளமாக நிறைவேற்று

பரந்தவெளியில் படரட்டும் புற்கள்
என் கதவுக்கு வெளியே
அடிக்கடி இறங்கட்டும் பறவைகள்
என் சன்னலில்

வானத்தில் பிரகாசமான நிலவு ஒளிரட்டும்
ஒவ்வொரு இரவும்

மேலும் அது ஒளிரும்போது
ஒளிந்து கொள்ளாமல் இருக்கட்டும் நட்சத்திரங்கள்

சமவெளியில் உரக்கச் சத்தமிடுதல் மிக மகிழ்வானது

Yao Zhenhan

செழித்த பசும்பயிர்கள்
ஜூனில்
வசீகரமான காட்சிகளாகும்
வயல்வரப்பு வழியே நடக்கும் ஒருவனுக்கு

முன்னும் பின்னும் எவருமின்றி இருக்கும்போது
நீ தவிர்க்க முடியாது
குரலை உயர்த்திச் சத்தமிடுவதை

மேலும் சத்தமிட்டு முடிக்கும்போது
உன் குரல்
மிக உரத்திருப்பதை எண்ணி
நீ வியக்கக்கூடும்

இதுவரை வாழ்வில் உணர்ந்திராத
ஒரு பயங்கரமான கர்வம்
நீண்ட நெடுநேரம் உன்னை நிரப்பும்

அந்த ஒலி
பயிர்களின் தண்டுகளின் மத்தியில்
எம்பிக் குதித்தபடியே இருக்கும்

உயர்ந்த பசும்புற்களின் உதவியால்
உன்னைச் சூழ்ந்து எதிரொலிக்கவும் செய்யும்
சிறிதுசிறிதாய் மங்கிப் போகும்முன்

அதுவே செப்டம்பராக இருப்பின்
நீண்ட தண்டுடைய பயிர்கள் வெட்டப்பட்டபின்
தூறுகள் நிறைந்த நிலம் உழப்பட்ட பிறகு
அலையென மடிந்து கிடக்கும் பூமி
சூரிய ஒளியால் மினுங்கும்போது

இன்னொருமுறை சத்தமிட்டுக் கூவ
ஆவல் கொள்ளும் உன் தொண்டை

நல்லது
இன்னும் சற்று உரக்கக் கத்து

 தமிழில்: ப. கல்பனா

தூரத்து கிராமங்களுக்கு
நேரே எடுத்துச் செல்லப்படும் இந்த ஒலி
ஒரு வித்தியாசமான மகிழ்வைத் தரும்

ஒரு பரந்த மகிழ்வையும்கூட

வழியனுப்புதல்
Wu Bengxing

முகவரி ஏதும் தராமல் சென்றுவிட்டாய்
மறையும் சூரியனில் தயங்கி நிற்கும்
உன் புன்னகைகளை மட்டும் விட்டுவிட்டு

யாரிடமும் சொல்லாமல் சென்றுவிட்டாய்
பனித்துளிகளில் தயங்கி நிற்கும்
உன் பார்வைகளை விட்டுவிட்டு

எங்கென்று சொல்லாமல் சென்றுவிட்டாய்
நீரோடைகளில் தயங்கி நிற்கும்
வரிசையான நிழல்களை விட்டுவிட்டு

புன்னகைகள் மறையும் சூரியனில் அமிழ
விழிகள் பனித்துளிகளில் ஒளிவிட
நிழல்கள் நீரில் நடுங்கி மின்ன சென்றுவிட்டாய்

எங்கும் மறைகிறது சூரியன்
எங்கும் உள்ளன பனித்துளிகள்
எங்கும் உள்ளது நீர்

ஆனால் சென்றுவிட்டாய் உன்னை இங்கே
விட்டுவிட்டு

நீர்வீழ்ச்சி
Chen Jiguang

தெளிந்த குட்டையில் நிலவின் பிரதிபலிப்பு
மிகத்தூய்மையாக கனிவாக
அமைதியாகவும்

தேங்காமல் நீர்வீழ்ச்சி துள்ளுகிறது உச்சியிலிருந்து
அதன் காதலைக் கொட்டுகிறது காட்டுப்பாடலாக

சிரித்துக்கொண்டே ஆயிரக்கணக்கான வெள்ளி
நட்சத்திரங்களாக
உருமாறுகிறது நிலா

கடலின் மகள் அவள்
ஆனால் குட்டையைப் பயன்படுத்துகிறாள்
தன்னைப் பார்க்கும் கண்ணாடியாக

ஆனால் மோகம் கொண்ட நீர்வீழ்ச்சியால்
இப்போது கட்டுப்படுத்திக்கொள்ள முடிவதில்லை
பின்தொடரும் தன் பாடலை

தன் வாழ்வை
அது இழக்கும் நாள்வரை

மழைப்புயலை வரவேற்கும் பசுமரம்
Yei Lei

பத்தான ஆயிரமான சினந்த கைகளால்
நீ கசையடிகளாய் வந்தென்னைத் துன்புறுத்தினாலும்
தலை நிமிர்ந்து உன்னை எதிர்கொள்வதின்றி
வேறென்ன செய்வேன்?

வரவேற்கிறேன் உன்னை
என் இலைகளை நீ நசுக்கினாலும்

காயப்படாமல் தனிமையில் எஞ்சி நிற்பதைவிட
வாழும் உலகிற்குக் காட்டுவேன்
என் ரணங்களையும் ஊமைக்காயங்களையும்

பத்தான ஆயிரமான அதிவேக அலறல்களால்
நீ நடுங்க வைத்து என்னைச் சூறையாடினாலும்
தலைநிமிர்ந்து உன்னை எதிர்கொள்வதின்றி
வேறென்ன செய்வேன்?

வரவேற்கிறேன் உன்னை
என் இலைகளை நீ நசுக்கினாலும்

உதிர்ந்து பழுத்து மௌனமாய் இழுபடுவதைவிட
ஒப்படைப்பேன் என் வாழ்க்கையை
இளமையும் பசுமையும் இருக்கும்போதே

காட்டு நிலங்களிலிருக்கும் மஞ்சள் குருவி
Cao Zhi

மரஉச்சிகளில் துக்கம் கொள்கிறது காற்று
அதன் அலைகள் எழுப்புகிறது பெருங்கடல்

என்கையில் எந்தக் கூரியவாளும் இல்லை
எனக்குப் பல நெருங்கிய நண்பர்கள் தேவையில்லை

வேலிப்புதர் வரிசையிலிருக்கும்
அந்தக் குருவியைப் பார்
மேலே கழுகைப் பார்க்கும்போது
தன்னைத்தானே வலைக்குள் எறிந்து கொள்கிறது
இரைபிடிப்பில் மகிழ்கிறான் வேடன்
ஆனால் இதைக்கண்டு சோர்வடைகிறான் பையன்
தன்வாளை எடுத்துக்கொண்டு அறுக்கிறான்
தளைகளை

அந்தக் குருவி வானத்தில் பறக்கிறது
அது எழுகிறது மேலே உயர்கிறது
சொர்க்கத்தின் விளிம்பிற்கு

மறுபடி தரையிறங்குகிறது
சிறுவனுக்கு நன்றி சொல்ல

இரவுப் பறவைகள்
Xi Chuan

இரவின் தேயும் இருட்டில்
நகரத்து வானத்தின் குறுக்கே பறந்து செல்லும்
அந்தப் பறவைகள்
என்ன நிறம் கொண்டவை

இடைவிடாது கிறீச்சிடும் அவை
கனவுலகத்தின் அருகாமையிலுள்ளவை
மேலும் மகிழ்ச்சியான இனத்தைச் சேர்ந்தவை

இரகசியங்களையும் நினைவுகளையும் சுமந்து
பறந்து போய்விட்ட அப்பறவைகள்
என்ன நிறம் கொண்டவை

கோடைக்கால இலைகளின் சலசலப்போடும்
இலையுதிர்கால நீரோடைகளின் ததும்பல்களோடும்
ஒப்பிட முடியாதவை இப்பறவைகளின் கிறீச்சொலிகள்

இன்னும் அவற்றை நான் பார்க்க முடியாததால்
கற்பனை மட்டுமே செய்கிறேன்

ஆனாலும் என்னால் கேட்க முடிகிறது
மகிழ்ச்சியான ஒலியை

இந்த மண்ணை நான் நேசிக்கிறேன்
Ai Qing

நானிருந்தால்

என் கனத்த குரலில் பாடுவேன்
புயல்களால் தாக்கப்பட்ட இந்த மண்ணை
நம் துயரத்துடன் சேர்ந்து கொந்தளிக்கும்
இந்த நதியை

தொடர்ந்து வீசும் இந்தச் சினந்த காற்றை
முடிவற்று மரங்களின்மேல்
மென்மையாய் விழும் விடியலை

பிறகு நான் இறப்பேன்
என் சிறகுகளும்கூட இம்மண்ணுக்கே எருவாகும்

ஏன் என் கண்கள்
எப்போதும் கண்ணீரால் தளும்பிக்கொண்டிருக்கின்றன

ஏனெனில் இந்த மண்ணை நான் நேசிக்கிறேன்
மிக ஆழமாக

படகு
Ren Hongyuan

○ என் பாதி உடல் நீருக்கடியில் இருக்கிறது
கடலைச் சார்ந்து
மறுபாதி நீருக்குமேல் இருக்கிறது
ஆகாயத்துடன் தோழமை பூண்டு

உலகத்தைச் சுமக்கிறேன் நான்
கடல் உயிர்ப்புடன் இருக்கிறது
மோதும் அலைகளால்

தேடும் அனைத்தையும் சுமக்கத்
தயாராயிருக்கிறேன்
நானொரு படகு

○ முதலில் ஒரு விதை, பிறகு மரம்,
பிறகொரு படகு

விதையின் முதன்மையான விருப்பத்தை
வாஞ்சையுடன் வளர்க்கிறேன் எப்போதும்
வாழ்க்கையை நோக்கி

பூமியில் புதைபடாமல் அலைகளால்
விழுங்கப்படாமல்
புதுவாழ்க்கையை ஈட்டியிருக்கிறேன்

எல்லையற்ற பெருங்கடலைக் கடந்து
தொட்டும் தொடாமலும் இருக்கிறேன்
நிலம் கடல் என்னும் இரு உலகங்களை

நிலையான பாய்மரங்களென்னும்
எப்போதும் புதிதான இலைகளை
அணிந்திருக்கிறேன்
நானொரு படகு

○ காடுகளில் பள்ளத்தாக்குகளில் சிகரங்களில்
செங்குத்துப்பாறைகளில் இருந்தெல்லாம்

மேகங்களைத் தொடும்
பசுங்கிளைகளைப்போல

என் துடுப்புகளை விரிக்கிறேன்
பரந்தகடலின் குறுக்கே
பூமியின் தோணியாக ஆகாயத்தின் பயணியாக

அலைகளில் துடுப்பும்
மேகங்களில் சிறகும் இருக்கிறது எனக்கு
நானொரு படகு

○ உலகம் சுருங்குகிறது என்னால்
கடல்களால் பிளவுண்ட கண்டங்கள்
என் இடப்பக்கமும் வலப்பக்கமும்
தொடுகின்றன

பூமத்தியரேகையின் ஒளி
வடதென்துருவங்களின் பனி
பசிபிக்கின் மலர்கள்
அட்லாண்டிக்கின் வண்ணத்துப்பூச்சிகள்

எல்லாம் வந்து
என் மேல்தளத்தில் நடனமிடுகின்றன

பூமியின் பிளவுகளுக்குப் பாலம் அமைக்கிறேன்
நானொரு படகு

○ என் தலைவணங்கல்களுக்கு எதிராக
வாரியிறைக்கிறது வரலாறு
அமைதியான துறைமுகங்களில்
தூக்கி எறியப்பட்டு விட்டது
என் நங்கூரம்

நிகழ்காலத்திற்கு நம்பிக்கைகளையும்
வருங்காலத்திற்கு நினைவுகளையும் சுமக்கிறேன்
இன்றைய சுமைகளை இறக்கிவைத்து
நாளைய பெருஞ்சுமைகளை ஏற்றிக்கொள்கிறேன்

நூற்றாண்டுகளுக்கிடையே பயணிக்கும்
நானொரு படகு.

○ உலகத்தைச் சுமக்கிறேன்

என்னிரு பக்கங்களிலும் தொங்குகின்றன
சூரினும் நிலவும்
வானக்கடலின் தீவுகளெல்லாம் வரவேற்கின்றன
என்னை

என் நங்கூரக் கம்பிவடத்தைப் பத்திரப்படுத்தும்
யாரோ ஒருவர் அங்கிருக்கும்வரை
என் பூமியைச் சுமந்து
நீண்ட பயணம் போகிறேன்

நானொரு படகு

❍ பிரபஞ்சமும் சுருங்குகிறது என்னால்

அங்குமிங்கும் திரிந்து சந்தடி செய்கின்ற
பெரிய கூட்டங்களை வைத்திருக்கின்றன
அவை உள்ளே வருகின்றன ஒன்றுகூடி

நன்கு பரிச்சயமான
அந்த வெகுதொலைவு
நட்சத்திரங்கள் குழுமுகின்றன
என்னைச் சூழ்ந்து

நான் பிரபஞ்சத்தைச் சுமக்கிறேன்
நானொரு படகு

வறண்ட ஆற்றுப்படுகை
Li Ying

எந்தக் கல்லறைக்கல்லும் இல்லை
இந்தப் பருவகால ஆற்றின் நினைவைக் கொண்டாட
உருகிய பனி வடிந்துவிட்டது நெடுந்தூரத்திற்கு
திரும்பவியலாதபடி

ஒருகாலத்தில் மகிழ்ச்சிகரமாய்
மலைகளில் பூத்திருந்த பனிப்பாளங்கள்
உதிர்ந்தபடியே
சூனியத்தில் மறைந்துவிட்டன எப்போதோ

எல்லா ஒப்பனைகளையும் புனைந்து தீர்த்தபின்
இந்த இளைய ஆறு
அதன் பாதச்சுவடுகளில் வலி சொட்டும்
வெறும் குழிகளும் மேடுகளும் நிறைந்த
ஒரு வரண்ட ஆற்றுப்படுகையை மட்டும் விட்டுவிட்டு
இறந்துவிட்டது துக்கத்தோடு

தரைமட்டமான ஒரு நகரைப் போல்
போருக்குப் பிந்திய போர்க்களம் போல்
தொன்மைக்காலம் தந்த
ஒரு கனவு அல்லது கட்டுக்கதை போல்

ஆற்றின் நினைவு ஓவியமே
அதன் வாழ்க்கை மார்க்கம்

உருகிய பனி வடிந்துவிட்டது நெடுந்தூரத்திற்கு
திரும்பவியலாதபடி
பாடல்கள் வடிந்துவிட்டன
திரும்பவியலாதபடி
பிரகாசமான ஆரோக்கியச் சிரிப்பொலிகளின்
வளையம்
வடிந்துவிட்டது திரும்பவியலாதபடி

அங்குமிங்கும் சிதறி பகற்கனவில் ஆழ்ந்து
ஒன்றையொன்று வெறித்து
வானிலுள்ள நட்சத்திரங்கள் மாறிவிட்டன கற்களாய்
மேகங்களும் மாறிவிட்டன

ஆன்மாவற்ற நிழலற்ற சாம்பலாய்
தனித்த ஆற்றுப்படுகையின்மேல்

எங்கு மீன்கள் நீந்திக்கொண்டிருக்குமோ
தாவரங்கள் நீரில் அசைந்தாடுமோ
காட்டாடுகள் மினுங்கும் திவலைகளை
உறிஞ்சிக்குடிக்குமோ

அங்கு அந்த அலைகள் பாய்ந்து விட்டன
நட்சத்திரங்களுக்குப் பின்னால்

இப்பொழுது அவை அமிழ்ந்திருக்கும்
பால்வீதிக்குள்

நீங்கள் கேட்டதுண்டா நீரின் முணுமுணுப்பை
நெடுந்தொலைவிலிருந்து?

மஞ்சள்நதி
Xiao Xue

மேற்கிலுள்ள பனி மூடிய குளிர்ந்த பரப்புகளிலிருந்து
நீ வருகிறாயா(அ)
மேகங்களின் மேலே
ஒன்பதாக மடிந்து கிடக்கும் சொர்க்கங்களிலிருந்தா

நெளிந்து மீண்டும் வளையும்
எண்ணிக்கையற்ற பெரிய வளைவுகளிருந்தாலும்
பின்தங்குதல்கள் குறைவானவையே

சினந்த இடி பொங்கும் நீர்ப்போக்கு
புயற்சுழியிடையே
ஒரு வழியைக் கண்டெடுப்பாய்

உன் பயணத்தை நீ மாற்றிக்கொள்
அது தடுக்கப்படும்போது
மேலும் கடலையே ஒரே இலக்காகக் கொள்

என் குருதி துடிக்கிறது
உன்னை நினைத்து
என் இதயம் விம்முகிறது
உன்னைப் பார்த்து

சோர்வற்ற உயிரோட்டமுடைய உறுதிகொண்ட
மஞ்சள்நதியே
நீ சீன மக்களின் ஆன்மா

சூரியன்

Zhao Kai

ஒரு தாக்குதலின் அடையாளத்தை
உமிழ்ந்துள்ளது ஒளி
பிரகாசமான விடிவெள்ளி தொங்குகிறது
கிழக்குவானின் உயரே

சூரியனின் பொன்னிற அம்புகளிடமிருந்து
இரவு தப்பியோடுகிறது
திகிலுடன்

அந்தப் புனிதத்தில் ஆவல் நிறைந்த வரவேற்பு
சுவர்க்கத்திற்கும் நரகத்திற்கும் இடையே

கூச்சம் நிறைந்த சூரியனின் முகம்
சிவக்கிறது வெட்கத்தால்

உலகின் ஒவ்வொரு மூலைக்கும்
சுறுசுறுப்பாய் ஒளியைப் பரப்பி
மௌனமாய்ச் சிரமத்துடன் மேலேறுகிறது சூரியன்

எவ்வளவு உயரத்தில் இருக்கிறதோ
அவ்வளவு வெப்பத்துடனும் ஒளியுடனும்
அதேசமயம் அடக்கத்துடன்
தன்னுருவத்தைச் சுருக்கிக் கொண்டு

தன் பொன்னிறக் கைகளால்
பூமியை இதமாய்த் தட்டிக்கொடுத்து
விதைகளைத் துயிலெழுப்புகிறது
அவற்றின் தூக்கப் படுக்கையிலிருந்து

சொல்கிறது

ஒருமுறை
ஒருசொட்டுப்பாலைப் பூமியிடமிருந்து நீங்கள்
குடித்தால்
அதற்குப் பதிலாக
அவளுக்குத் தங்கக்காதணியைத் தரவேண்டுமென்று
அது பொன்னால் நெய்த
தன் அங்கியைத் திடமாய் வீசியெறிந்து விட்டு

பனிமலைகளைச் சூடேற்றுகிறது
தன் வெற்று மார்பினால்

பிறகு நதிகளிலும் மின்நிலையங்களிலும் காண்கிறோம்
வாழ்க்கை உறைவதை யுகங்களாக

ஒரு பகல் பயணத்திற்குப் பிறகு
சூரியன் நனைகிறது வியர்வையினால்
அதன் மணிகள் நீலவானின்மீது ஒளிவிடுகின்றன
இரவில் உற்றுப்பார்த்து நாம் வியக்கிறோம்

என்ன ஒரு காட்சி

நட்சத்திரங்கள் சுவர்க்கங்களை நிரப்புகின்றன
முத்துக்களைப் போல்

இல்லை, தலைப்பு இல்லை
Su Min

நான் அந்தியில் இறங்கினேன்
மாலையின் பாதிக்கப்பட்ட மென்பட்டுவலையைத்
தீட்டினேன்
எந்தவகையிலும் அழகில்லாத என் முகத்தை
அவன் தெளிவாகப் பார்ப்பதற்காக

சூரியனது இருப்பை நான் வலியுறுத்தினேன்
மேக அடுக்குகளிலிருந்த என்னை அறிமுகம் செய்தேன்
என் மனம் கட்டுக்கடங்காதது என்பதைஅவனுக்கு
உணர்த்த

அவனது நீண்ட மௌனமான புன்னகை
குழம்பவைத்து என்னைக் கலக்கியது
ஆமாம் நான் நாணப்பட்டேன்

என்னையே நான்
ஏமாற்றிக் கொண்டிருந்திருக்க வேண்டும்
ஆழங்காணமுடியாத ஒருபுதிர் போல்

ஓர் ஆப்பிளின் அசைவற்ற வாழ்க்கை
Chen Song Ye

பழத்தோட்டத்திலிருந்து வந்து
என் ஓவிய அறைக்குள் நுழைகிறாய்
ஒரு மாடலாக இருக்க விரும்பி
உன் வெற்றுடம்பை வரைய என்னை அனுமதித்து

என் தூரிகை நடுங்குகிறது
வண்ணங்கள் இம்சையுடன்
பளீரிடும் ஒளிகளும் மந்தமான நிறபேதங்களும்
சிதைக்கின்றன என் எண்ணங்களை

கவலை கொள்கிறேன்
என் குட்டி சூரியனே
நீ என் ஓவிய அறையை எரித்துவிடுவாய்

உன் தோற்றத்தை உதாசீனப்படுத்துவது சாத்தியமன்று

உன் கன்னங்களின் வசீகரச்சிவப்பு நினைவூட்டுகிறது
திராட்சை ரசத்தின் மயக்கத்தினை
தூண்டுகிறதென்னை ஒரு காதல்கடிதம் அனுப்ப
நாளை பகல் இடைவேளையில்
வானத்தில் இளஞ்சிவப்பு மேகங்கள்
தூவப்பட்டிருக்கும்போது

வாழ்க்கைக்கு உண்மையாய் இருக்கிறது ஓவியம்
அப்படித்தானே
ஆனால் ஓர் ஆப்பிளிடம் மட்டுமே
அழகு வசப்படுத்தவேண்டும் படைப்பை
பிரதியெடுப்பதுடன் திருப்தியடையக்கூடாது

நான் காலத்தை
மறுபடியும் உயிர்ப்பித்துக் கொள்கிறேன்
உன் அழகிய வாழ்க்கையைத் தீட்டுவதன் மூலம்
மேலும் உன் இனிய கனவுகளில்
ஓர் ஊதுகுழலிடம் பறைசாற்றச் சொல்வேன்
உன் அழகைக் கைப்பற்றியதை

இதோ நான் உன்னை வரைந்துவிட்டேன்
நீயும் என்னை வரைந்துவிட்டாய்

உனக்கும் எனக்குமிடையில்
வண்ணங்களின் ஆறு மட்டுமே

என் தூரிகை ஒரு துடுப்பாகி
உன்னை நோக்கிச் செலுத்துகிறது
என்னை நோக்கி உன்னையும்

வால் முறிந்த காளை
Xu Weixin

போரிடும் ஈக்கள்

கூரிய கொம்புகள் இப்போதெதற்கும் பயன்படாது
குளம்புகளால் உதைத்தாலும் எந்தப்பயனுமில்லை
அடையமுடியாத பகுதிகளில் ஈக்கள் தங்கிவிட்டன
ரீங்காரத்துடனும் ரத்தத்தை உறிஞ்சிக்கொண்டும்

போரிடும் ஈக்கள்

காளையின் வல்லமை இப்போது பலனற்றது
உதைக்கப்பட்டு தரைமட்டமான பூமியின் முகடு
ஒடிந்த ஒரு கூரான முளை
அடையமுடியாத பகுதிகளில் ஈக்கள் தங்கிவிட்டன
ரீங்காரத்துடனும் ரத்தத்தை உறிஞ்சிக்கொண்டும்

போரிடும் ஈக்கள்

வால் முறிந்த காளை உறுமுகிறது
வெறிபிடித்து ஓடுகிறது
ஆடி ரீங்கரித்து சிரித்து ரத்தத்தை உறிஞ்சும்
கூட்டம் கூட்டமான ஈக்களால் துரத்தப்பட்டு

போரிடும் ஈக்கள்

பாரவண்டிகளைச் சிரமத்துடன் இழுத்து
பூமியின் பெரும்பரப்புகளை உழுது
இந்த வால் முறிந்த எருதுக்குக்
கடின வேலைகளில் அச்சமில்லை

ஆனால் ரீங்கரிக்கும்
ஈக்களின் கூட்டத்தால் தாக்கப்பட்டு
ஒவ்வொரு தசையும் துடிக்கிறது வலியால்

முடிவில் வால் முறிந்த காளை வீழ்கிறது
ஈக்களின் உற்சாகமான பாடலின்கீழே
முறிந்த வால் மட்டுமே எஞ்சியுள்ளது நிமிர்ந்து
கர்வமாய்த் தனித்து

யாரோவொருவர்

இதன் இறைச்சியை விற்கக்கூடும் மறுநாள்
இதன் தோலை வாங்க விரையக்கூடும் அதற்கடுத்தநாள்
தொடரும் நாட்களிலும் ரீங்காரம் கேட்கக்கூடும்

இறைச்சியை விட்டும் தோல்காலணிகளை விட்டும்
ஈக்கள் நீங்கும் கூட்டமாய்

போரிடும் ஈக்கள்

நானொரு தப்பியோடிய மேகம்
Lin Xiaoyu

நானொரு தப்பியோடிய மேகம்

மாலையொளியில்லா ஒருவானத்தில் திரிகிறேன்
எனக்கு வீடில்லை துணையில்லை
எந்தக் கதவும் திறந்திருக்கவில்லை
என் முழுஆன்மாவும் மிதக்கிறது களிப்பில்

என் முழுநிழலும் மூழ்கியிருக்கிறது குழப்பத்தில்
தொலைதூரப் பகுதியிலிருந்து மற்றொன்றிற்குச் செல்லும்
என் வாழ்க்கை ஒரு பயணம்
என் பாதச்சுவடுகள் என் துணைகள்

நானொரு தப்பியோடிய மேகம்

இறுதி ஆதாரங்கள்
மேடையிலிருந்து ஒவ்வொன்றாய் நீக்கப்படும்போது
வண்ணங்களின்கீழே மறைந்திருக்கிறது
என் கடைசி வழுக்கல்

செல்லாதே
கற்பனையாய் விடப்பட்ட கண்ணீர்த்துளிகளை எடுக்க

மேடைக்கலை உன்னதமாய் இருக்கலாம்
அதைவிடவும் உன்னதம் மௌனம்
ஏனெனில் ஒருவார்த்தைகூட உச்சரிக்காமல்
துயரம் சொல்லப்படவேண்டுமென்று நான் நம்புகிறேன்

நானொரு தப்பியோடிய மேகம்

ஆவலினால் சோர்ந்து தளர்ந்த ஒருபெயர்
அடிவானம் தாண்டிப்பாய்கின்ற
ஒரு நீண்ட மெலிந்த தொனி

ஒரு விடுபட்ட வாழ்த்து
தொடர்பறுந்த ஒரு பழைய செய்தி

காலங்களுக்கிடையே
உதிர்ந்த ஒரு டெய்ஸி மலர்
மேசையின்மேல் படிந்த ஒரு தூசிப்படலம்

வழியனுப்புகையில்
அமைதியாய் உன் கண்களில் மின்னுவதைத்
தடுக்கவியலாத ஒரு கைக்குட்டை

அலைகள்

Liu Liping

துணிவான முயற்சிகளை
நூறாகக் கோடியாக மேற்கொள்ளினும்
உடைத்தெறிவதில் தோல்வி காண்கிறது

உடைத்தெறிய முடியாததால்
தன்னையே நொறுக்கிக் கொள்கிறது
தன்னையே துண்டுகளாய்க் கிழித்துக் கொள்கிறது
மூர்க்கத்தின் உச்சியில்

தன்னை
இப்பொழுது கரைகளில் சுழற்றி எறிகிறது
இப்பொழுது பாறைகளில்

பிறகு நூறாகக் கோடியாகப் பின்வாங்குகிறது
அவற்றை ஒன்று சேர்ப்பதில்
தோல்வி காணுகிறது

ஒன்றுசேர்க்க முடியாததால் தன்னைத்தானே பிரித்து
பல அடுக்குகளாக நொறுக்குகிறது
மூர்க்கத்தின் உச்சியில்

ஒரு பாதியைக் கடற்கரையிலும்
மறு பாதியைக் கடலிலும் விட்டுவிட்டு

அப்பொழுதிலிருந்து அலை
தனது விருப்பு வெறுப்பு உறவை
உறுதிப்படுத்திக் கொள்கிறது
கடலுடனும் கரையுடனும்

சிலநேரங்களில் குளிர்ந்தும்
சிலநேரங்களில் வெப்பமாகவும் உள்ள
வசப்படுத்தமுடியாத ஆற்றலுடைய காற்று

தானாகவே களைத்துப் போகிறது
அமைதியான கடற்கரையில்

எதிர்காலத்தில் நம்பிக்கை
Shi Zhi

சிலந்திவலைகள்
என் அடுப்பை மூடிக்கொண்டபோது
தயங்கிய புகை
வறுமையின் துயர்களுக்காகப் பெருமூச்சு விட்டபோது

ஓயாமல் தணித்தேன் மாயையற்ற சாம்பல்களை
எழுதினேன் நம்பிக்கையுடன்
எதிர்காலத்தில் நம்பிக்கை கொள்

ஊதாநிறத் திராட்சைகள்
தம் வசீகர நிறத்தை இழந்தபோது
கொத்துகொத்தாய்க்
காதல்தோல்விக் கண்ணீரைப்போல் விழுந்தபோது

ஓயாமல் சுழற்றி வீசினேன்
உதிர்ந்த பனித்துளி சுமந்த திராட்சைக்கொடிகளை
எழுதினேன் பாழான பூமிமீது
எதிர்காலத்தில் நம்பிக்கை கொள்

தொடுவானம் நோக்கி மோதும் அலைகளைக்
குறிப்பிடப் போகிறேன்
சூரியனைத் தாங்கும் கடலை
ஆதரிக்கப் போகிறேன்

மினுக்கும் வைகறை ஒளியில்
ஒரு பிரம்மாண்டமான தூரிகையைப் போல்
குழந்தைத்தனத்துடன் எழுதுவேன்
எதிர்காலத்தில் நம்பிக்கை கொள்

உறுதியாக நம்பிக்கை கொள்வேன் எதிர்காலத்தில்

ஏனெனில் வரலாற்றுத்தூசிகளை
இமைத்து வெளியேற்றும் இமைமயிரும்
காலத்தின் அத்தியாயங்களைத் துளைக்கும்
கண்மணியும் கொண்ட
வருங்கால மக்களின் கண்களில்

நம்பிக்கை இருக்கிறது எனக்கு

கவலையில்லை
நம் அழுகிய தோல்களையும் தசைகளையும்
அவர்கள் எப்படிப் பார்க்கிறார்களென்று

தொலைந்த சகிப்பின் துக்கமும்
தோல்வியின் வேதனையும்

அவர்கள் உருகிக் கண்ணீர் விட்டாலோ
ஆழ்ந்த அனுதாபம் காட்டினாலோ
அலட்சியமாய்ப் பார்த்தாலோ
கசந்த சுடுசொல் வீசினாலோ

மாறாது

நான் திடமாய் நம்புகிறேன்
நம் முதுகுகளின்மீது
எண்ணிலடங்கா ஆராய்ச்சிகள்
தொலைந்த சகிப்புத்தன்மைகள்
தடைகள் வெற்றிகள்

ஒரு குறிக்கோளும்
சரியான தீர்ப்பும் போதும்
ஆம்
ஆவலுடன் எதிர்பார்க்கிறேன் அவற்றின் மதிப்பை

நண்பர்களே
எதிர்காலத்தில் நம்பிக்கை கொள்ளுங்கள்
சலியாத முயற்சியில் நம்பிக்கை கொள்ளுங்கள்

இளமையின் வல்லமை
மரணத்தை வெல்லுமென்று நம்புங்கள்
வருங்காலத்தை நம்புங்கள்

மேலும் உணர்வு ததும்ப
நேசியுங்கள் வாழ்க்கையை

என் கனவிலுள்ள சொத்து

Xi Chuan

கடலோரம் விரிந்த நிலப்பரப்பாய் நீண்டு கிடக்கிறது
என் கனவிலுள்ள சொத்து
அது என்னைச் சேர்ந்தது
அதன் விளைபொருட்கள் மக்களைச் சார்ந்தவை

தூரத்தில் நெளியும் கடல்
ஓர் அற்புதக்காட்சி
அருகிலிருக்கும் பிளவுபடாத சிறுநிலம்
தியானத்திற்கு ஏற்றது

வாழ்க்கையும் மரணமும் போராடுகின்றன
என் கண்முன்னே
ஒழுங்கின்மையின் சாலை தெரிகிறது
நிரந்தர அமைதியுடன்

நான் என் அறையைப் புத்தகங்களால் நிரப்புவேன்

பல தலைமுறைகள் வழியே கைமாற்றப்பட்ட
உண்மையை ஏற்றுக்கொள்வேன்
சிறிதுசிறிதாய்

எந்தத் துக்கம் அல்லது துரதிர்ஷ்டம்
கட்டுக்கதையாகத் திரிக்க முடியாததோ
அதன் முடிவில் தீண்டத்தகாத கடவுள்
தம்மை வெளிப்படுத்துவார்

பிப்ரவரியின் கடும்பனியிலோ
செப்டம்பரின் பெருமழையிலோ

ஜூலையில்
மாலை நட்சத்திரங்கள் என்னை அழைத்தால்
கடலுக்கு மேலிருக்கும் நட்சத்திரங்களின் வீடுகளை
என் கழுதையையும் உடனழைத்துக்கொண்டு

கைநிறையக் கோதுமையுடன்
அறுவடையான கோதுமை வயலின் வழியே
திரும்பிப்போய்ப் பார்ப்பேன்

தமிழில்: ப. கல்பனா

வைகறைப்பொழுது அளித்த அழகிய பெயர் கொண்ட
என் கருப்புமகளையும் அழைத்துச் செல்வேன்
அசையும் கடல்காற்று
நுரைகளை அள்ளி வீசும்

பவழங்களையும் சிப்பிகளையும்
நான் கொண்டு வருவேன்

கடலின் இசை

Xu Zhimo

○ சிறுமியே
 தனித்திருக்கும் சிறுமியே
 அந்திநேரக் கடற்கரையில்
 ஏன் நீ திரிந்து கொண்டிருக்கிறாய்

 சிறுமியே
 வீட்டுக்குப் போ சிறுமியே

 முடியாது
 நான் வீட்டுக்குப் போக மாட்டேன்
 மாலைத்தென்றலை நான் விரும்புகிறேன்

 மங்கிய கடற்கரையில்
 அங்கே ஒரு பரட்டைத்தலைச் சிறுமி
 மேலும்கீழுமாய் மேலும்கீழுமாய்த்
 துள்ளிக்கொண்டு

○ சிறுமியே
 பரட்டைத்தலைச் சிறுமியே
 குளிர்ந்த பாழ்கடலில்
 ஏன் நீ தயங்கி நிற்கிறாய்

 சிறுமியே
 வீட்டுக்குப் போ சிறுமியே

 முடியாது
 தயை செய்து என் பாடலைக் கவனி
 கடலே
 நாம் சேர்ந்து பாடலாம்

 நட்சத்திர வெளிச்சத்தில் குளிர்ந்த தென்றலில்
 சிறுமியின் குரல் காற்றில் ஒலிக்கிறது
 சிலநேரங்களில் உரத்தும் சிலநேரங்களில்
 மெலிந்தும்

○ சிறுமியே
 துணிச்சலான சிறுமியே
 கார்மேகங்கள் அடிவானில் எழுந்து

கொண்டிருக்கின்றன
மூர்க்கமான புயல் விரைவில் வரக்கூடும்

சிறுமியே
வீட்டுக்குப் போ சிறுமியே

முடியாது
நான் காற்றில் நடனமாடப் போகிறேன்
அலைகளுக்குள் பாயப்போகிறேன்
கடற்பறவையாய்

இரவின் மங்கிய ஒளியில்
கடற்கரையில் ஓர் ஒடுங்கிய உருவம்
வேகமாக நீர்ச்சுழிப்புக்குள்
மிக அழகாக, மிக அழகாக

○ கவனி
சீறி முழங்கிக்கொண்டிருக்கிறது கடல்
சிறுமியே
வீட்டுக்குப் போ சிறுமியே

அதோ பார்
கொடூரமான மிருகங்கள் போன்ற
அப்பேரலைகளை
சிறுமியே
வீட்டுக்குப் போ சிறுமியே

முடியாது
அப்பேரலைகள் என்னை விழுங்கிவிட மாட்டா
கடலால் தூக்கியெறியப்படுவதை நான்
விரும்புகிறேன்

மினுங்குகிற அலைகளின் மேல்
பொங்கியெழும் நீரோட்டத்தில்
நுரை வெள்ளத்தால் முற்றுகையிடப்பட்ட

ஒரு மிரண்ட சிறுமி

இப்போது மூழ்கிக் கொண்டிருக்கிறாள்
இப்போது வெளிப்பட்டுக் கொண்டிருக்கிறாள்

○ சிறுமியே
எங்கே இருக்கிறாய் சிறுமியே

எங்கே இருக்கிறது
எதிரொலிக்கும் உன் பாடல்
எங்கே இருக்கிறது
உன் மெலிந்த உருவம்

துணிச்சலான சிறுமியே
பூமியில்
எங்கே நீ இருக்கிறாய்

○ இரவின் இருளால் நட்சத்திரங்கள்
விழுங்கப்படுகின்றன
கடலோரம்
இனி எந்த வெளிச்சமும் இருக்காது

அலை வெள்ளத்தால் விழுங்கப்படுகிறது
கடற்கரை

கடற்கரையில்
அந்தச் சிறுமியை
இனியெப்போதும் பார்க்கவே முடியாது

இனியெப்போதும் பார்க்கவே முடியாது
சிறுமியை

என்ன சொல்கின்றன பறவைகள்

Chen jingrong

மேமாதத்தில் அந்த மலைகளில்
என்ன சொல்கின்றன பறவைகள்

அறுவடை செய், பயிரிடு
அறுவடை செய், பயிரிடு
கூவுகிறது குயில் கவனமாக
நேரத்தை இழந்துவிடக் கூடாதென
உழவர்களுக்கு நினைவூட்டி

அங்கே பச்சை நெல்வயல்கள் இருக்கின்றன
தூரத்திலும் அருகிலும்

ஏன் அந்த அழைப்பு ஒலித்துக்கொண்டே இருக்கிறது

சூரியன் வாட்டுகிறது – வாட்டுகிறது
சூரியன் வாட்டுகிறது – வாட்டுகிறது
வெண்மேகங்களுக்கும் நீலவானங்களுக்கும் அடியில்

சிவந்த பூமியையும் பச்சைப்புற்களையும் மரங்களையும்
எண்ணி மகிழ்வதில்லை கரும்புறா
வெப்பமான வானத்தின் பரப்பைப் பார்க்கிறது
அது துயரங்களால் நிரப்பப்பட்டிருக்கிறது

இரவு ஆழமாயிருக்கிறது
குயிலும் கரும்புறாவும்
சில பெயர் தெரியாத பறவைகளும் பாடுகின்றன
ஒருமுறையோ இருமுறையோ

சில நட்சத்திரங்களை முன்னே அழைக்கின்றன
பிறகொரு முழு நிலவையும்.

புனிதமான பார்வையாளர்கள்
Wei Zhiyuan

இது கடைசிப் புறப்பாடென்று அவளுக்குத் தெரியும்

வைகறை நிலத்தூடே
வெண்மேகங்கள் பனித்துணுக்குகளாய்
விசிறப்பட்டிருந்தன
காற்று
ஊர்நினைவுகளை உதறித் தள்ளிவிட்டது

செப்பனிட்டு முதிர்ந்து
உடைந்த வாழ்க்கை உதிர்கிறது கீழே

தலை உயர்ந்தது
சிவந்து பிரகாசித்துச் சிதறும் சூரியனை நோக்கி

புனிதமான ஏரியின் மேற்பரப்பில் பரவியபடி
அவள் உணர்ந்தாள் தூய்மையாகவும் புதிதாகவும்

சுழலும் மறுநாடகம் அரங்கேறிய கணத்தில்
குளியலிலிருந்து புறப்பட்ட ஓர் ஆன்மா
குன்றின் உச்சிகளில் கழுகுகளோடு வட்டமிட்டது
பிறகு கண்கூசவைக்கும் ஒளிவட்டமாக உருகியது

அதைவிட உயரமான இடமில்லை

அவள் மூர்ச்சையானாள்
கைகளும் பாதங்களும் நடுங்குவதைப்
பற்றிய பிரக்ஞையின்றி
இறுதியாக அவள் விடைபெற்றாள்

கீழிறங்குவோரின் வேண்டுதல்களால் மட்டுமே
அளந்தறியக்கூடிய
நீண்ட கடினமான வழியில்
படிப்படியாக வீழ்ந்தாள்

கடலில் தோன்றிய கானல் வீடுகள்
விழுங்கும் காற்றால் வேகமாகக் கிழித்தெறியப்பட்டன

மணலோரம் பாழ்வெளிகளில் கைவிடப்பட்டன
தொண்டைக்குழிக்குள் விக்கிய ஆசைகள்

புகைமேகங்கள் சுருண்டன
வளையங்களாய்ச் சிதறின ஒளியலைகள்
அவளது பயணத்தின் இன்பங்களை மிகுவித்தபடி

பல ஆண்டுகள் கழிந்து இன்னொரு வயதானவள்
அவர்கள் சொல்கிறார்கள்

குளிரும் எலும்புகளுக்காக
எந்தச் செபப்பாடலும் எழும்பவில்லை
இறுதியில் மூச்சுத்திணறி
கண்ணீரோடு அதை அடையாளப்படுத்துகிறார்கள்
படிப்படியாகச் சோகம் உருக்குகிறது

ஒருசோடி சினந்த கழுகுகள் எழுந்தன
மினுங்கும் ஒளிவட்டத்தில்

செய்தி

Xu Zhimo

சிறிதுநேரம் இடியும் புயலும் நின்றது
இரண்டு வானவில்கள்

இரண்டு டிராகன்களைப் போல்
மென்பஞ்சு மூடுபனியிலிருந்து வெளிப்படுகின்றன
மிக அழகாய் வண்ணமயமாய்
மேலும் திடமாய்

ஒரு நல்ல நிமித்தம்
நாளையொரு அற்புதமான நாளாக இருக்கும்

ஏன், அங்கே இன்னொரு இடி
மேகங்களுக்குப் பின்னே விளிம்பிற்குப் பின்னே
வானம் மீண்டும் மந்தாரமாகிறது
அந்த அலங்கார வானவில்கள் மறைந்துவிட்டன

இன்னமும் நிறுவப்படாத நம்பிக்கை
மீண்டும் நொறுக்கப்பட்டிருக்கிறது

முதியவரை வினவுதல்
Chen Jingrong

தனிமையான குன்றுகளிலும் வயல்களிலும்
தலை தாழ்த்தி நீ என்ன யோசிக்கிறாய்
ஏனந்த இருவர் தாயும் மகனும்
உனக்கு முதுகைக் காட்டியபடி
வேறு வழியில் நடந்து போகிறார்கள்

நான்கு பருவங்களிலும்
இங்கே இதமான காற்றுகள் வீசும்
அவை காலத்தோடு போட்டியிடும்
கோடியாண்டுகள் நிலைக்கும் மாரத்தானில்

ஆனால் சில வியர்வைத்துளிகளே சிந்தும்
வருகின்ற ஒவ்வொரு கோடைக்கும்

உன் காலடிகளை கனக்கச் செய்வது எது
உறுத்தலா அல்லது வெட்கமா

காலம் காத்திருப்பதில்லை
இல்லை
உனக்காகவும் இல்லை

அந்த வெண்மேகங்கள் பறக்கின்றன வானத்தில்
எப்போதும் போலவே

பிரிந்து போகும் நண்பனுக்கு
Li Bai

வடக்குப் புறநகர் எல்லையில் பசுங்குன்றுகள்
கிழக்குநகரை வளைத்து ஒளிரும் ஓடை

இந்த இடத்தில் நம் விடைபெறலுக்குப் பிறகு
வண்ணமலருடைய முட்செடிபோல்
பத்தாயிரம்மைல் காற்றுப்போக்கில் நீ உந்தப்படலாம்

மிதக்கும் மேகம் போல் இலக்கற்றவனாய்
இருக்கிறான் நாடோடி
மறையும் சூரியன்போல் தயங்கி நிற்கிறான்
ஒரு பழைய நண்பன்

உன் வழியில் நீ போகத்தொடங்கும்போது
நாம் கையசைக்கிறோம்

சோகத்தோடு கனைக்கும் நம் குதிரைகள்
பிரிக்கப்பட்டுவிட்டன

குடித்துக்கொண்டிருக்கையில் நிலாவின் பிரதிபலிப்புகள்
Li Bai

வானத்தில் நிலா
எப்பொழுது முதன்முதலாகத் தோன்றியது
இந்த வினாவை எழுப்புவதற்காக
நான் குடிப்பதை நிறுத்துகிறேன்

மனிதனால் அடையமுடியாத தொலைவில் இருக்கிறது
நிலா
இருந்தாலும் அது தொடர்கிறது
எங்கெங்கு நீ போனாலும்

செந்நிற அரண்மனைகள்மேல் உயரும்
ஒரு பிரகாசமான கண்ணாடி போல்
பசுமையான மூடுபனி சிதறுகிறது
அதன்பகட்டைக் காட்டிக்கொண்டு

இரவில் நாம் பார்க்கிறோம்
பெருங்கடல்மேல் அது எழுவதை
விடியலில் நாம் அறிவதில்லை
மேகக்கூட்டங்களுள் அது எங்கே போகிறதென்று

*ஒவ்வொரு வருடமும் மருந்தரைக்கிறது வெண்முயல்

தனித்த நிலவுக்கடவுளுக்கு
அங்கே துணையாய் இருப்பது யார்

இன்றைய மக்களால் காண முடியாது
கடந்த தலைமுறைகளின் நிலாவை
இருந்தாலும் இன்றைய நிலா
நம் மூதாதையர்களின்மேல் ஒளி வீசியது

பாயும் நீரோடை போல்
கடந்து போகிறார்கள் மக்கள்
இருந்தாலும் இது போன்ற நிலாவை
எல்லாரும் பார்த்துள்ளார்கள்

என் ஒரே விருப்பம்

பாடிக்கொண்டும்
திராட்சைரசம் குடித்துக்கொண்டும்
என் தங்க மதுக்கிண்ணத்தில்
நிலாவொளியைப் பார்த்துக் கொண்டிருப்பதே

*சீனாவின் நாட்டுப்புறக் கதைமரபின்படி, ஒவ்வொரு வருடமும் நிலாவில் வெண்முயல், அம்மியும் குழவியும் வைத்து மருந்தரைப்பதாக நம்பப்படுகிறது.

நிலாவொளியில் என் சகோதரர்களை நினைக்கையில்
Du Fu

கடிகாரக்கூண்டிலிருந்து மணி ஒலிக்கிறது
எல்லாரும் நகர மறுக்கிறார்கள்

இலையுதிர்காலத்தில், இந்த முதன்மையான நகரத்தில்
ஓர் ஒற்றை அன்னத்தின் ஒலி கேட்கப்படுகிறது

*பனித்துளி வெண்மையாக மாறும் பருவம் இதுதான்

ஆனால் நிலவு பிரகாசமாகத் தோன்றுகிறது
என் வீட்டில்

எனக்குச் சகோதரர்கள் உண்டு
ஆனால் அவர்கள் அனைவரும் சிதறடிக்கப்பட்டார்கள்

இப்போது வீடற்றிருக்கிறேன்

அவர்கள் உயிரோடு உள்ளார்களா
இல்லை இறந்துவிட்டார்களா என்பதுகூட எனக்குத் தெரியாது

நான் எழுதிய கடிதங்கள்
ஒருபோதும் அவர்களை அடைந்ததேயில்லை
குறிப்பாக யுத்தம் நடந்து கொண்டிருக்கும் இப்போது

(*சீனாவின் நாட்குறிப்பின்படி, ஒவ்வொரு வருடத்திற்கும் 24 பண்டிகைகள் உண்டு. செப்டம்பர் 8ல் வெண்பனிப் பண்டிகை நிகழும்)

பரந்த வெளியை நோக்கி
Chen Jingrong

பண்டைக்காலத்தில்
நம் குடும்பம்
எவ்வளவு சுதந்திரமாக இருந்தது

வண்ணமேகங்களை
விழுங்கியும் உமிழ்ந்தும்
நீர்நிலைகளுடன் விளையாடிக்கொண்டும்

பிறகு பூமியில் மனிதவர்க்கம் வந்தது

அந்த யுத்தகால நீண்ட இரவுகளும்
அமைதியின்மையும்

அந்த நீண்ட இரவுகளின் அழுகை
நம் வரிசைகளின் பளபளப்பால் தேடியெடுத்தது
பால் விடியலை

டிராகன்களின் கதவிலிருந்து
நம் டிராகன்கள் குடும்பத்தின் கதவிலிருந்து
ஒரு பாய்ச்சல்
உன்னைப் பரந்தவெளிக்கு எடுத்துச் செல்லும்

சொர்க்கங்களையும் நீர்நிலைகளையும் சந்திக்க
நீர்நிலைகளையும் சொர்க்கங்களையும்
சிலநேரங்களில் பாய்ச்சலுக்கு
ஓர் இடைவெளி தேவைப்படுகிறது

ஓய்வுக்காகவும்
கொஞ்சம் தூக்கத்துக்காகவும்
எல்லையற்ற ஆற்றலையும் வலிமையையும்
சேகரிப்பதற்காகவும்

அடுத்து நீளும் ஒளிக்குமுன்

நாட்டுப்புறப்பாடல்
Jidi Majia

சந்தையிலிருந்து மக்கள்
வீடு திரும்பி விட்டிருந்தார்கள்
ஆனால் என் கவிதை திரும்பவில்லை

குறுக்குச்சாலைச் சரிவுகளின் அரையிருளில்
சோம்பலோடு காத்துக்கொண்டிருக்கும்
குடிகாரனாய்
ஒரு தங்க வாய்ப்பூட்டை அணிந்துகொண்டு
அது காணப்பட்டது

குன்றடிவார ஆடுகள் பட்டிக்குத் திரும்புகின்றன
ஆனால் என் கவிதை திரும்பவில்லை

சூரியன் மறைந்தபோது
உதிரம் கொட்டும் விளிம்பைப் பார்த்துக்கொண்டும்
தனியாகவும் துக்கத்தோடும்
பிதுங்கும் கண்ணீரை நிறுத்த
முயன்று கொண்டுமுள்ள

விதையடிக்கப்பட்ட செம்மறிக் கடாவால்
அது காணப்பட்டது

சுற்றியுள்ள அண்டை வீட்டார்கள் எல்லாம்
ஆழ்ந்து உறங்குகிறார்கள்
ஆனால் என் கவிதை திரும்பவில்லை

வாசற்படியில் தனியாக அமர்ந்து
காத்துக்கொண்டிருக்கிறது

இத்தகைய ஒரு மாலையை
யாரால் மறக்க முடியும்?

முரண்

Jidi Majia

எனக்கு எந்த இலக்குமில்லை

திடீரென சூரியன் கெடுகுறி காட்டுகிறது
என் பின்னே சில அபாயங்கள்
நான் இன்னொரு என்னைப் பார்க்கிறேன்

இரவுபகலாக ஸ்தம்பிக்கிறது உச்சந்தலை
கசப்பான கோதுமையை உறிஞ்சிக்கொண்டிருக்கிறது
நிலாவொளி
நான் பார்க்கிறேன்
இங்கே என் கை இல்லை

பூமியின் மிக ஆழங்களில்
உறுதியான ஓர் எலும்புமலரை உயர்த்திப் பிடித்தபடி
அது இருக்கிறது

சடங்கிலுள்ள பழங்குடித்தன்மை
மூதாதையர்களின் ஆன்மாக்களைக் குளிர்விக்கலாம்

சூரியவொளியில்
ஒரு பழமையான சுவரை
நான் பார்க்கிறேன்
போதையில்
எல்லா முதுமொழிகளும் புதைக்கப்பட்டன

இசைலயம், பனிக்கீற்றூடே தவழும்போது
தன் நாக்கு நுனியில் அலையும் நெருப்புகளால்
உன்னதமான வளத்துக்காக
ஒரு பாடகன் தேடிக்கொண்டிருப்பதை
நான் பார்க்கிறேன்

இங்கே நான் இல்லை

ஏனெனில்
அங்கே இன்னொரு நான் இருக்கிறேன்
எதிர்த்திசையில் போய்க்கொண்டு

சுய உருவப்படம்
Jidi Majia

அந்தியின் விளிம்பில்
மௌனமாய்க் குழந்தையிடம் பேசிய காற்று
போய்விட்டது
தேவதைக்கதை காத்திருக்கும் நெடுந்தொலைவிற்கு

குழந்தையே
இந்தப்பூமியில் உன்பெயரை விட்டுச்செல்
ஏனெனில் என்றாவது ஒருநாள் நீ கம்பீரத்துடன்
இறப்பாய்

இந்தப்பூமியின்மேல் நானெழுதிய வரலாறு
தொப்புள்கொடி அறுக்கவியலாத
ஒரு பெண்ணின் குழந்தை பற்றியது

என் வலிநிறைந்த பெயர்
என் அழகிய பெயர்
என் நம்பிக்கை நிறைந்த பெயர்
நூல் நூற்கும் பெண்ணிடமிருந்து
நூற்றாண்டுகளுக்குமுன் கருக்கொண்ட ஒரு மனிதனின்
கவிதை

என் பாரம்பரியமிக்க தந்தை
மனிதர்களுக்குள் ஒரு மனிதன்
அவரை Zhixia Alu என்று அனைவரும் அழைத்தனர்

என் மூப்பற்ற தாய்
பூமியில் ஒரு பாடகி
அழகுகளிலெல்லாம் அழகு
என் தெய்வீகக் காதலி
Xiama Aniu என்று அனைவரும் அழைத்த
ஓர் ஆழ்ந்த நதி

ஓராயிரம் முறை செத்த மனிதன் நான்
இடப்பக்கத்தைப் பார்த்தபடியே எப்போதும்
தூங்குபவன்
ஓராயிரம்முறை செத்த பெண் நான்
வலப்பக்கத்தைப் பார்த்தபடியே எப்போதும்
தூங்குபவள்

ஆயிரம் சவஊர்வலத் தொடக்கங்களுக்குப் பின்னே
தூரத்திலிருந்து வரும் நட்பு நான்

ஆயிரம் சவஊர்வலங்களின் உச்சத்தில்
ஒருதாயின் தொண்டையில் துடிக்கும் மெய்யெழுத்து நான்

இவையெல்லாம் என்னை நிறைத்தாலும்
மெய்யாகவே நான் நூற்றாண்டுகள்தோறும்
இருந்திருக்கிறேன்
அநீதியைத் தடுத்து நீதியை நிலைநாட்டுபவனாக
மெய்யாகவே நான் நூற்றாண்டுகள்தோறும்
இருந்திருக்கிறேன்
காதலுக்கும் கற்பனைக்கும் வழித்தோன்றலாக

மெய்யாகவே நான் நூற்றாண்டுகள்தோறும்
இருந்திருக்கிறேன்
ஒரு முடிவற்ற திருமணத்திற்காக

மெய்யாகவே நான் நூற்றாண்டுகள்தோறும்
இருந்திருக்கிறேன்
எல்லா கலகமாகவும்
எல்லா விசுவாசமாகவும்
எல்லா வாழ்க்கையாகவும்
எல்லா இறப்பாகவும்

உலகமே
என் குரலுக்குச் செவி கொடு
நானொரு 'Yi'

("Yi" – "யீ" என்பது சீனாவின் பாரம்பரியமிக்க
ஒரு பழங்குடிக் குடும்பத்தின் பெயர்)

பதில்

Jidi Majia

உனக்கு ஞாபகமிருக்கிறதா
*ஜிலிபியூட்டுக்குப் போகும் சிறுசாலையை?

ஒரு தேன்மயமான அந்தியில்
என்னிடம் சொன்னாள் அவள்

பூப்பின்னும் என் தையல் ஊசியை
நான் தொலைத்துவிட்டேன்
அதைக் கண்டெடுக்க விரைந்து எனக்கு உதவு
(சிறுசாலை முழுக்க, எங்கெங்கும் நான் தேடினேன்)

உனக்கு ஞாபகமிருக்கிறதா
ஜிலிபியூட்டுக்குப் போகும் சிறுசாலையை?

ஒரு கனத்த அந்தியில்
அவளிடம் சொன்னேன் நான்

ஆனால் என் இதயத்தில் ஆழத்தைத்துள்ளது
என்ன தெரியுமா

உன் பூப்பின்னும் தையல் ஊசிதான்
(அவள் கண்ணீர் விட்டாள்)

(* Liang மலைகளின் மையப்பகுதியிலுள்ள ஓரிடம்)

உதிர்ந்த இலைகளின் பாடல்
Xu Zhimo

படிகளேறி வரும் ஒலியைக் கேட்டேன்
(நான் என் கனவுலகத்திற்குள் நுழையவிருந்தபோது)

அது அவளுடைய காலடியோசையாக இருக்கும்
நான் எண்ணினேன் இரவின் ஸ்தம்பிப்பில்

என் சன்னலில் ஒரு தட்டும் ஒலி
(நான் என் கனவுலகத்தின் விளிம்பில் இருக்கும்போது)

என்மீது அவள் குறும்புடன் விளையாடியிருக்கக்கூடும் பார்
நான் அசையாதிருப்பதைப்போல் நடித்தேன்

என் படுக்கையருகே மூச்சுவிடும் ஒலி கேட்டது
நான் சொன்னேன் (பாதி தூக்கத்துடனும் பாதி குழப்பத்துடனும்)

"எப்பொழுதுமே
என்னைப் புரிந்துகொள்ளத் தவறியிருக்கிறாய்
ஏன் என்னிதயத்தைச் சித்திரவதை செய்கிறாய்,
மறுபடியும்?"

என் தலையணை மூலையில் ஒருபெருமூச்சு விழுந்தது
(நான் என் கனவுலகத்தில் தயங்கி நிற்கும்போது)
"நான் உன்னை விட்டுவிட்டேன்"
நீ முணுமுணுத்தாய்

உன் சூடான கண்ணீர்
என் கன்னங்களைச் சுட்டது
முணுமுணுப்புச்சத்தம்
என் கனவைக் கலைத்தது
(உதிர்ந்த இலைகள் நடனமிட்டன முற்றத்தின் நடுநடுவே)

நான் என் கனவிலிருந்து விழித்தேன்
ஓ! என்னைத் தொந்தரவு செய்தது எதுவெனில்
இலையுதிர்காலத்தின் ஓசைதான்

திண்மங்களும் தளங்களும்
Ye Yanbin

முடிவற்ற உலோக நீல விளிம்பு ஓடுகளும்
உடைபடாத ஈய மேகங்களும்
பிடிவாதமாக வேட்டையாடி விழுங்குகின்றன
முற்றங்களின்மீது விழும் பரிதாபகரமான முதல் ஒளியை

அசிங்கமான மைக்கறைகளால் நகரம் நிரம்பியிருக்கிறது
என் குழந்தைப்பருவத்து வீட்டுப்பாடப் புத்தகம் போல்

தொலைக்காட்சி ஆண்டெனாக்கள்
வெவ்வேறு நீளங்களில் இதயத்தைப் பிளக்கின்றன
ஓர் ஆசிரியரின் சிலுவைகளைப் போல்

நவீனமயமாக்கம்
வெறும் பேராசிரிய ஆய்வுகளுக்கு மட்டுமல்ல –
ஈயக்கூரைகளை நாம் மாற்றியமைப்போம்
கவிதைவரிகளைப் போன்ற புதுக்குடியிருப்பு வீடுகளாக
அவற்றின் மையப்பகுதிகள் இசைந்திருக்கட்டும்
இனிய இயற்கைக்காட்சிகளோடு
ஆரஞ்சு தெருவிளக்குகள் நீள்வட்டப்
பொட்டுகள்போல்

ஓ! வலிமையான பெருநகரத்துக் கவிஞனே
வெட்டியிழுக்கட்டும் உன் சிறகடிக்கும் கவிதை
அப்பரந்தவெளிகளை விட்டுவிடு

நிழல் மரங்களுக்காக
நழுவும் மேகங்களுக்காக
பறவைகளின் சிறகுகளுக்காக

உலகின் அழகினைக் கண்டறியும்
கண்களுக்காகவும்

விருந்து

Cao Zhi

இளவரசர் விருந்தளிக்க விரும்புகிறார்
விருந்து முடிந்தபிறகு
அவர்
எப்போதும்போல் உயிர்ப்புடன்

நள்ளிரவில்
அமைதியாக
மேற்குத்தோட்டத்தில் உலவுகிறார்கள்

ஒன்றன்பின் ஒன்றாக வில்வண்டிகள்
களங்கமற்ற நிலாவொளியில்

நட்சத்திரங்கள் லேசாகச் சிதறியபடி
கூட்டங்களாய்ச் சில

இலையுதிர்கால மணத்துடன் ஊதாப்பூக்கள்
பரவியுள்ளன
சாங்பன் ஊருக்குக் குறுக்கே
பச்சைக்குளத்தில் தண்டூன்றியிருக்கிறது தாமரை

குளத்தில் மறைகிறது ஒருமீன்
ஒன்று துள்ளுகிறது
இனிய பறவைகள் பாடுகின்றன
உயர்ந்த கிளைகளில்
ஒரு வலிய காற்று வீசுகிறது
வண்ணச்சக்கரங்களூடே
லேசான வில்வண்டிகள்
அதற்குமுன்னே நகர்கின்றன
ஓய்வாக
நம் உணர்வுகளை லகுவாக்கியபடி

அவை அப்படியே இருக்கட்டும் எப்போதும்
இதுதான் என் விருப்பம்

ஒரு சிறிய பழமையான நகரம்

Lin Ke

சிரமத்துடன் நீ கண்விரித்துப் பார்க்கும்போது
கோடுகள் மங்கலாய்த் தெரிந்தாலும்
ஒரு பழைய தேய்ந்துபோன இசைத்தட்டு
தரமுடிவதில்லை
உற்சாகமான இனிய பாடல்களை

யாருக்கும் தெரியாது
எப்பொழுது பாடகர்கள் நழுவினரென்று

தடுக்கவியலாத தன்னிச்சையான ஸ்வரங்களுக்கு

சீரான கற்களில் படிந்து
குறுகலான வானத்தை
நாள்முழுவதும்
வெறுமனே வெறிப்பதைத் தவிர

வேறு வழியில்லை

பதட்டமின்றி மக்கள் சாலையில் சோம்பித்
திரிகின்றனர்
முன்னர் இருந்ததாகத் தோன்றும் உருவங்களைத்
தங்கள் நினைவுகளில் அவ்வப்போது தேடி

ஆனால் கண்ணைப் பறிக்கும் வண்ணங்கள்
இல்லாததாலும்
நினைவுபடுத்துவோர் யாரும் இல்லாததாலும்
நினைவில் கொண்டுவரத் தோற்கின்றனர்
நினைவில் நிற்கவேண்டிய பொருட்களை

இழுபடும் முடிவற்ற இரவில்
காற்றே ஆட்சி செலுத்துகிறது உலகில்
ஆனால் இனியும் காற்றால் இயலாது
தேம்பியழ

எங்காவது
ஒரு கதவின் விரிசல் வழியே
ஒளியின் நூலைப் பார்க்கலாம்
மங்கலாய் மஞ்சளாய்

Bai Hua கவிதைகள்

நட்சத்திரங்கள் சிரித்தன

நான் கேட்டேன்
அப்பா வீட்டிலில்லை என்று சொல்கிறார்

தொலைபேசியிலிருந்த மனிதன் சிரித்தான்

அப்புறம் என் காது தடித்தது
அப்புறம் எனக்காக மட்டுமே இடிமழை இருந்தது

அழுவதற்குக்கூட
எனக்கு நேரமின்றிப் போனது
அத்தனை வருத்தமாக இருந்தது

அப்புறம்
அப்பா அப்பாவைச் சாத்தினார் அம்மாவையும்
பூனைக்குட்டியையும்
வீட்டுக்குள்ளே

எனக்கு முழுஉலகத்தையும்
இரவெல்லாம் வழங்கினார்கள்

சாலைகளும் தெருக்களும் மறைந்தன
எனவே நான் தொலைய மாட்டேன்
அது அவர்களுக்கு நல்லது

அப்புறம்
கவசத்திலிருந்த ஒரு சிறுமி போல்
நான் அங்கு நின்றேன்
தவிரவும்
கொளுத்துவதற்குத் தீக்குச்சிகளும் இல்லை

அப்புறம்
நான் நட்சத்திரங்களைக் கேட்டேன்
ஒவ்வொன்றிடமும்
நான் அதையே கேட்டேன்

நான் என்ன தவறு செய்துவிட்டேன்
நட்சத்திரங்கள் சிரித்தன

ஒன்றில்

நாம் ஒருடல் இந்நிலப்பகுதியில்
இது நம் முழு துரதிர்ஷ்டம்
முழு அதிர்ஷ்டமும்

நம் எலும்புக்கூடுகள்
மலைத்தொடர்களோடு இணைந்திருக்கின்றன
நம் ரத்தநாளங்கள் நதிகளோடு

தனிமைப்பட்ட அரண்மனையிலும்
பாழடைந்த கோவிலிலும் நறுமணமூட்ட
தொழுவமும் லாயமும்
நெருங்கிய குடில்களும் மட்டுமே

குருதி பீறிடுகின்ற நம் இதயங்களும்
விதியின் தாக்குதல்களும்
மிகவும் நோய்வாய்ப்பட்ட நெரிசலான மக்கள்
கூட்டத்தோடு

இதற்கிடையே வரலாற்றின் சுமை வேறு
நம் பாதத்தை அழுத்துகிறது

நிச்சயமாக,
குள்ளநரிகள் தங்கள் ஆதிக்கத்தைச் செலுத்தியபோது
நாம் சந்தித்தோம்

உன் மௌனமான நம்பிக்கையற்ற அழுகை
இப்பொழுது ஒருவழியாக என்னை அடைந்துவிட்டது
சிகரங்களில் அலைவீசும் புனிதப்போர்
கடைசியாக முடிந்துவிட்டது

இருப்பினும்
என் சொந்த வேதனைகளில்
எந்த வலியையும் நான் உணரவில்லை
எந்தப் பெருமூச்சையும் விடவில்லை

உன் காயங்களுடன்
திகிலுற்று
நடுநடுங்கிட விரும்புகிறேன்
சாகும்வரை

வெளிப்பாடு

நானொரு மனநிலையைப் பிரதிபலிக்கிறேன்
ஒரு வெள்ளை மனநிலை
அது பேசாது
அதன் இருப்பை நீ உணர முடியாது

அது அங்கே இருந்தாலும்
அது இன்னொரு நட்சத்திரத்திலிருந்து வருகிறது
மேலும் அது
இந்த அந்நிய உலகத்தில் இருக்கிறது
ஒரேயொரு இரவுக்கு மட்டும்

அத்தனை நீண்ட ஒரு நிழல்
பின்தங்குகிறது தன் உறைந்த அழகில்
அதனால் எதைக் கண்டுபிடிக்க முடியவில்லையெனில்
இன்னொரு நேர்மாறான நிழலை

அது கல்லாக வேண்டுமென நீ விரும்புகிறாயா
குளிர்ந்த மோனத்தோடு
உனக்குச் சொல்வேன் அதுவொரு மலரென்று

அதன் நறுமணம்
இரவுக்காற்றில் நாணி நழுவுவது
நீ இறக்கும்போது
உன் உணர்வுநிலைகளின் சமவெளிகளில்
நுழைவதற்குத்தான்

எந்த இசையும் உணர முடியாது
இந்த மனநிலையை
அல்லது எந்த ஆடலும் தெரிவிக்க முடியாது
அதன் வடிவத்தை

எப்போதுமே நீ தெரிந்துகொள்ள முடியாது
எவ்வளவு முடியிருக்கிறது அதற்கென்று
அல்லது ஏன் அது
இந்தப்பாணியில் தலைவார வேண்டுமென்று

நீ அவளைக் காதலிக்கிறாய்
ஆனால் அவள் உன்னைக் காதலிக்கவில்லை

உன் காதல்
போன வசந்தத்தின் இறுதிவாலில் தொடங்கியது

ஏன் இந்தப் பனிக்கால விடியலில் இல்லை?

நானொரு தனியறைகளின் இயக்க மனநிலையை
வெளிப்படுத்துகிறேன்
ஏன் அவை தமக்குள்ளேயே போரிடுகின்றன
என்பதை நான் கவனிப்பேன்
சொல்ல முடியாத கிளர்ச்சியையும் கோபத்தையும்கூட

நான் அறிவேன்
மனநிலையை வெளிப்படுத்துவது கடினமென்று
சான்றாக
ஏன் இந்தநேரத்தில் அந்தி நெருங்க வேண்டும்

அல்லது இந்தநேரத்தில்
நான் ஏன் அவளைக் காதலிக்க வேண்டும்
அல்லது இந்நேரத்தில்
ஏன் நீ இறக்கவேண்டும்

நான் அறிவேன்
ஒரு ரத்தத்துளி அமைதியானதென்று
அதன் எல்லா சோகங்களாலும்
இரும்பாடை உடுத்திய உலகை உருக்க முடிவதில்லை

ஓடுகின்ற நீர் ஒலியெழுப்புகிறது
பிளக்கின்ற மரம் ஒலியெழுப்புகிறது
தவளையைச் சுற்றியிறுக்குகிற பாம்பு ஒலியெழுப்புகிறது

ஒருமுகப்படுத்தப்படும் அந்தவொலி பிறகு என்ன
ஆகிறது
ஒரு மனநிலையை மாற்றுவதற்கான தயாரிப்பாகிறதா
அல்லது ஓர் உள்ளார்ந்த தத்துவத்தை
வெளிப்படுத்துகிறதா

சீனாவின் மகன்களும் மகள்களும்
பழஞ்சுவரில் கண்ணீரைச் சிந்தினார்கள்
கிறித்துவின் மகன்களும் மகள்களும்
ஜெருசலேமில் கண்ணீரைச் சிந்தினார்கள்
ஹிரோசிமாவில் லட்சக்கணக்கானோர் செத்தார்கள்

இப்போது ஜப்பானியர்கள் கண்ணீர் சிந்தினார்கள்

அதுபோன்ற விளைவுகளில் இறந்தவர்களும்
மிகப்பீதியுற்றவர்களும் கண்ணீர் சிந்தினார்கள்
அழுகையை விடவும்
தெரிவிக்கவியலாத அழுகையை விடவும்
இவையெல்லாம் புரிந்துகொள்வதற்குக்
கடினமானவையாய் இருக்கலாம்

ஒரு வெள்ளை மனநிலை
ஒரு வெளிப்படுத்தமுடியாத மனநிலை
இன்றிரவில்தான் இந்தவுலகிற்கு வந்துள்ளது

நம் பார்வைக்கப்பாலும் நம் மையநரம்புகளிலும்
அது அமைதியாக மூடிக்கொண்டிருக்கிறது
முழுப்பிரபஞ்சத்தையும்

செத்துப்போகக்கூடத் திறனில்லாமல்
அல்லது நம்மைவிட்டு விலக முடியாமல்
அடுத்தடுத்து அது நீளுகிறது
நம் மனங்களில்
ஓய்வெடுக்க முடியாமல் உணர முடியாமல்

ஏனெனில் நாம் சாகமாட்டோம்

என் வாசகர்களுக்கு ஒரு பதில்

நீங்கள் அறிய முடியாது
எவ்வளவுதூரம் உங்கள் பரிசுகள்
மேம்பட்டிருக்கவேண்டுமென
நான் ஏங்கினேன் என்பதை

அன்புக்காகவும் நன்றிக்காகவும் என்னால் அழ முடிந்தால்
கண்ணீர்ஓடை என்பாதங்களின் கீழே பாயும்
ஆனால் ஒருதுளிகூடச் சிந்தமாட்டேன்

என் பதற்றம் உங்கள் தேவையல்ல

நானொரு துன்பத்தினை மறந்துவிடும் பறவை
அம்பு கடந்துபோகும்போது அது மறுபடியும் பாடும்
இந்த உலகமே
ஒருபாடலைக் கேட்பதற்காகத்தான் நிலைத்திருக்கிறதோ என
அது எழுச்சியுடன் பாடும்

உங்கள் ஒவ்வொருவர் உள்ளங்கையின் மேலும்
முதுமொழியில் வரும் சிட்டுக்குருவியைப்போல்
ஒரு மகிழ்ச்சியை நான் ஒளியூட்டுவேன்

ஒரு புதுஅம்பு வரவிருக்கிறதா, வந்தால் வரட்டும்
தவறுதலாக உங்கள் கைகள்
காயப்படாமலிருக்கட்டும்

மழைக்காட்சி

நதியில் விழும் ஒவ்வொரு மழைத்துளியும்
ஒரு கேள்வியை எழுப்பிக் கொண்டிருக்கிறதா
அதற்கு நான் விடை காணவேண்டுமென்று விரும்புகிறதா
அப்படியா

விழும் ஒரு கோடி மழைத்துளிகளை விடவும்
அச்சுறுத்துகின்றன வலிய அலைகள்
எனக்காக வெளியே துடைத்தெறிகின்றன எல்லாக்
கேள்விகளையும்

எல்லாமே என் மனதில்
பிடிவாதமாய் அவர்களின் விசாரணைகளுக்கு
என் பதில்களைக் கேட்டு
என்னால் இயலுமா பதில் சொல்ல
எத்தனைக் கேள்விகள்
எத்தனைப் பழமையான கேள்விகள்

அதைவிட பலகையின்மேல் சாய்ந்துகொண்டு
அவர்களின் அடிகளை நேராக எதிர்கொள்ளலாம்
லட்சக்கணக்கான பழமையான சிக்கலான சந்தேகங்கள்
என் கண்களைக் குறுக்கும்வரையில்

ஆறுவயது சுட்டிப்பையன்போல்
என் கன்னங்களை
என் புறங்கையால் துடைக்கிறேன்
மழைபோல் கண்ணீர் இருந்தால் என்ன செய்ய

இங்கே வசந்தம் மட்டுமே

இங்கே வசந்தம் மட்டுமே

நானோர் ஓடையைப்போல் தயங்கிநிற்பேன்
ஆனால் அந்த ஓடையைப் போல்
நான் எனக்கு சொந்தமில்லை

எவ்வளவு அற்புதம் தங்குவது
கண்ணீர்விழிகளோடு நீலவானத்தை இமைக்காமல்
வெறித்து
ஓர் ஏரி தங்குவது போல்
வெண்மேகங்களால் கட்டப்பட்ட கதைகளை
வெறுக்கிறேன்
மீண்டும் அவை ஒப்புவிக்காது எனினும்

வெண்மேகங்களுக்குப் பதிலாக நட்சத்திரங்கள்
வரும்போது
அங்கே ஒரேயொரு மூங்கில் வீடு மட்டுமே
பூமியில் இருக்கிறது
ஒரேயொரு சின்னஞ்சிறு சன்னலோடு

ஒரேயொரு மெழுகுவர்த்தி ஒளியைக் காட்டியபடி
ஒரேயொரு பாடலை அதிரச் செய்தபடி

ஒரேயொரு காதலுக்குப்
புதிய இதயத்தின் துடிப்புகளோடு

Zhang Ye கவிதைகள்

விவாகரத்து

மங்கலாய்ப் புன்னகைத்தபடி
தன் ஐந்துவயதுக் குழந்தையை
வெளியே எடுத்துச் செல்கிறாள் அவள்

அவனது கண்கள் உணர்வோடு ததும்புகின்றன
சுழலிலுள்ள ஒற்றைப்படகாய்

தந்தையின் நிழலைச் சுமந்தபடி
மெல்லிய கைகளால்
இனிப்பு மிட்டாயைப் பிசைந்தபடி
தன் தாயுடன் நெடுந்தூரம் செல்கிறது குழந்தை

ஒரு துக்கமான கணம்
என்றென்றும்
ஒரு நினைவை ஏற்றியபடி

முதியபெண் 1

முன்பு நீ கடலோரம் ஓடினாய்
நிலவைப் பிடித்துக்கொண்டு

முன்பு நீ வனாந்தரத்தில் பாடினாய்
சூரியனைத் தழுவிக்கொண்டு

ஆனால் வானிலிருந்து விழுந்தது
ஓர் இலையுதிர்கால மழைத்துளி
சூரியனையும் நிலவையும் மூழ்கடித்து

வருடங்கள் சென்றுவிட்டன

உன் இரகசியக் கண்ணீர்த்துளிகள் உப்பாயின
உன் எரியும் பாதங்கள் பொசுக்குகின்றன புற்களை

முதியபெண் 2

பிறரைப் புரிந்துகொள்ளுதல் கடினம்
புரிந்து கொள்ளப்படுதல் இன்னும் கடினம்

புதுமையான பார்வைகள்
என் இதயத்தின் இரகசியங்களுக்குள் ஊடுறுவும்
தற்செயலான வம்புப்பேச்சுகள்
வெளவால்களாய் என்னைச் சுற்றிப் பாயும்

பணிபுரிகையில்
நண்பர்களுடன் வெளியே செல்கையில்
வம்பளக்கையில்
அவர்களுடைய உன்னத தொடர்புக்காய்
விரிந்த அல்லிமலர் போல்
முகத்திலொரு புன்னகையுடன் நன்றி சொல்கையில்

யாரும் கவனிப்பதில்லை
என் நடுங்கும் கீழ் உதட்டிலுள்ள பற்குறிகளை
என் சிரிப்பின் தைரியமின்மையை
கவனமின்றி மோதும் தேநீர்க்குவளையை
தவறுதலாய் எடுக்கப்படும் கைக்குட்டையை

வளைந்த நடைபாதையில் உணர்ச்சிகளின் கோடை
கடந்த காலத்தைச் சேரும்
சாரமற்ற காற்று கொண்டு வந்திருக்கிறது
இலையுதிர்கால அமைதியையும் குளிர்கால
வெளுப்பையும்

நான் நிற்பதில்லை
நீலப்பறவைகள் சோதிக்கும் என் வழியை
நட்சத்திரங்கள்
நெடுந்தொலைவிலிருந்து கவனிக்கும்
உண்மையான நட்பு நல்வாழ்த்துக்களை அனுப்பும்

தனிமையாய் உணரமாட்டேன் நடக்கும்போது
என் நம்பிக்கைகளைக்
கபடமில்லாமல் பிடித்துக் கொள்வேன்

ஒரு மலர்க்கொத்தைப்போல்
பெருங்கடல் அழைக்கிறது

தொலைதூர மலைகள் அழைக்கின்றன

உறைபனியின் விரிவையோ
பழுக்கும் ஓர் உதிர்ந்த இலையையோ
விட்டுச் செல்லலாம்
என் வலி மிகுந்த தேடல்

ஆனால் அழகிய என் இலட்சியங்கள்
அப்பாதையை மூடும்

கருமை

என் நீண்ட கூந்தலில் அலைகள் சுருளும்
மிதக்கவிடு உன் படகை கரிய கடலில்
நீர்த்திவலைகள் உனக்காகப் பாடும்
உன்னை அணைத்துக் கொள்ளும்

ஒருகோடி கறுப்புச் சூரியன்கள்
உன் துணிவுடன் ஒளிவீசும்
அலை உச்சிகள்
சூறாவளியிலிருந்து உன்னைப் பாதுகாக்கும்

இவ்வுலகம் அனைத்திலும் நீ காணமுடியாது
இதுபோன்ற மற்றொரு கடலை

நான் மட்டுமே செய்யமுடியும் அதை

என் கூந்தல்
பகலொளியில் ஒரு திரைச்சீலை
உன் சில இரகசியங்கள்
என்னிடம் தப்பிக்கும்

முழுமையான நம்பிக்கையும் புரிதலும்போல
வேறெதுவுமில்லை அங்கே
எனினும் உளவறிய என் காதலை
நான் உபயோகிக்கக்கூடும்
திரைச்சீலையின் மறுபுறம் பகலொளி இருப்பினும்

எனக்கு அது ஒன்றுமில்லை
நான் திரும்பமாட்டேன்
உன்னைப் பார்க்க மட்டுமே செய்வேன்
நீ வேண்டுமெனக்கு
நான் உன்னைப் பாதுகாப்பேன்

நீயொரு பாதியை எழுதுவாய்
நான் மற்றொன்றை எழுதுவேன்

மானுடத்தின் இரவில் பாதி பகல்

நான் நரகமாயிருந்தால்
நீ சாத்தானாக வேண்டும் எனக்கு

நீ மட்டுமே
ஆபத்துக்குள் துணிவாக நடக்கும்
மூர்க்கமும் தீவிரமும் உடையவன்

மடமையும் காதலும் நிரம்ப
இணைந்து அற்புதங்கள் புரிவோம்
நரகத்தைச் சுவர்க்கமாய் மாற்றுவோம்

ஒரு கரிய கதவு
இறுக மூடியபடி உனக்காகக் காத்திருக்கிறது
நீ உடைத்துத் திறக்க

முத்துக்கள்

சிறந்த பெண் ஒரு முத்து
கடலுடன் ஒளியுடன் இணைந்து வாழ்கிறாள் பெண்

எப்பொழுதிலிருந்தும் நம் வாழ்க்கை
கதவின் பின்னரே பூட்டப்பட்டுள்ளது
நம் உலகம் இருட்டாயுள்ளது
நம் சொந்தஒளி மட்டுமே நம்மிடமுள்ளது
இருளை ஒளியூட்டவும் குளிர்காயவும்

பகல் வரவேண்டும்
பூட்டியுள்ள கதவை மோதித் திறக்க
இருளைச் சார்ந்திருக்கப் பிறக்கவில்லை நாம்
இருளிருக்கும் இடங்களிலெல்லாம் ஒளியேற்றுவோம்

அறிவு ஒரு சக்தி
ஒருவகை சுயஞானம்
வெறும் வெளிக்காண்பித்தல் அல்ல அது

எவ்வகைக் கைகள் பேராசையுடன் பறித்து
வெள்ளிப்பெட்டகத்துள் பூட்டி
பூமியில் புதைக்கவியலும் ஒரு முத்தை?

நீலம்

சொல்கிறார்கள்
காதல் நீலமானதென்று

காதல்
என் மார்பை மேலெழும்பச் செய்கிறது
காதலுக்காக
ஆழ்ந்து சிந்திக்கிறேன் அமைதியாய்

ஒரு பெண்ணின் உடல் கடல்நீர்
காதல் ஓர் அசுரஅலை
தொலைவிலிருந்து வந்து தேய்ந்து பின்செல்லும்

இப்பொழுது என்னிடம் எந்த வெறுப்புமில்லை
காதல் மட்டுமே மறக்கவியலாதது

பெருங்கடலில் அலையும் படகைப்போல்
எப்பொழுதும் தனிமையே எனக்குச்
சபிக்கப்பட்டிருந்தால்
நீலமே
நீ எனக்குத் துயரமளிக்கிறாய்

நீ எனக்காக
வெகுதொலைவில் காத்திருக்கக்கூடும்

நீ வானம்
நான் ஒரு கழுகு
நீ மகிழ்ச்சியின் தீவு
நான் புன்னகைக்கும் கடல்

என்னிடம் முத்துக்களும்
பவளமும் மீனும் உப்பும் இருக்கின்றன
என் சிறகுகள்
மென்மையும் வன்மையும் கொண்டவை

இந்த நம்பிக்கை தனிமையை ஊதாரித்தனமாக்குகிறது

பெருங்கடலைக் கடக்கும் படகைப்போல
எப்பொழுதும் தனிமையே எனக்குச்
சபிக்கப்பட்டிருந்தால்
நீலமே
நீ என்னை மகிழ்வித்துத் துரிதப்படுத்துகிறாய்

பாலைவனத்தின் வசீகரம்

ஒரு மூழ்கிய படகு கடலை நன்கறியும்
என் மனதிலொரு மூழ்கிய படகு ஒலிக்கிறது

சொல்கிறார்கள்
நீ கடலை விடவும் குரூரமென்று

நானுன் வசீகரமான மௌனத்தைப் பார்க்கிறேன்
பனியின் கண்களால்

எலும்பைத் துளைக்கும் பாழ்நிலத்தில் நடக்கும்போது
என் இரத்தம்
மர்மமான வலிமையால் நிரம்புகிறது

நீ பலத்த காற்றையும் சூரியனையும்
கண்டு அச்சப்படுவதில்லை

உன் கடினமான குரூரமான விருப்பமும்
அமைதியான இனிமையான அழகும் வெல்கின்றன
என் இதயத்தை

தீவிரமும் அனலும் மட்டுமே பார்க்கும்
உன் மந்திரத்திற்குக் கட்டுப்படுகிறேன்

அழித்துவிடு என்னை
நானின்றி ஏதேனும் செய்ய முடிந்தால்
நான் எப்போதும்
உன்னை விட்டு மறைந்திருக்க முடியாது

என்ன மாயம்
கடந்தகாலமனைத்தும்
ஒரு மணல்துளியாய் மாறும்

அழகை விரும்பத் தொடங்குபவர்
அழகைக் காண்பர்
விளக்கத்தைப் பிரிப்பவர்
என்றென்றைக்கும் தொலைந்து போவர்

காதல் சங்கிலி

நான் உன் கைதி
நீயெனக்கு ஒரு சங்கிலி தர மறுக்கவில்லை

நான் உன்னைக் காதலித்தால்
இந்தக்காதல்
என்றென்றைக்குமாய் பிணைக்கப்பட
வேண்டுமென்றால்
எனக்குத் தெரியும்
நான் அதை ஏற்றுக்கொண்டாக வேண்டும்

கடின சங்கிலி மெல்லிய சங்கிலி
இணைப்புகள் வார்க்கப்படுகின்றன
உன் வலியிலிருந்தும் ஏமாற்றத்திலிருந்தும்

அதைத் தொடும்போது
உன் உணர்வைத் தொடுகிறேன்
அதைத் தொடும்போது
உன் கவலைகளைத் தொடுகிறேன்

கடலோரம் மௌனமாய் நிற்கிறேன்
நீலவிளிம்பை வெறித்துக்கொண்டு

என்னில் மிகுந்த அழகை
நீ காணும்போது
மிகுந்த முட்டாளாய் நான் உணர்கிறேன்

என் சுதந்திர ரத்தத்தின் அலைகள்
இன்னமும் உடல் முழுக்க மோதுகின்றனவா?
என் நெஞ்சின் சிகரங்கள்
இன்னமும் உன்னதமான விருப்பத்தைத்
தெரிவிக்கின்றனவா?

சங்கிலியிலிருக்கும் ஒவ்வோர் இணைப்பும்
குருதி நிறைந்த
ஒரு திறந்த வாய்

என் அன்பே
என்னை நீ காதலித்தால்
சிதைத்துவிடு அதை
கடலில் வீசிவிடு அதை

நான் அதை
என்னை விட்டுக் கிழிக்கும் முன்பு

மரணத்தைப் பற்றியொரு கவிதை

என்னால் பார்க்கவியலாது அப்பா
உங்கள் கண்களில் எழும் அலையை
அதன் வீழ்ச்சியைக்கூட
அந்த நிலவில், மங்கலாய் ஒளிவீசும் அந்த நிலவில்...

நான் சூரியனிலும் நீங்கள் வெளியிலும்
இந்தப் பிரபஞ்சத்தில்
நீங்களும் நானும் மட்டும்தானா?

வெளியின் பரப்பில்
தொங்கிக் கொண்டிருக்கிறது என்னுடல்
இருகைகளும் பற்றிக் கொண்டிருக்கின்றன
சூரியனின் விளிம்பை

உங்களைச் சூரியனுக்குள் இழுக்கச் சிரமப்படுகிறேன்
நம்மிலொருவர் திடீரெனப் போவோமென்ற
அச்சத்துடன்

மௌன அழுகையைப் போல்
மென்மையாய் இருக்கிறது கடல்
இனி அலையெழாது எப்பொழுதும்
ஒரு மெல்லிய தேம்பல் மட்டுமே இப்போது

வானுடன் கடல் இணையும் இடத்தில்
ஒரு தேவஅமைதி ஒளி விடுகிறது

என் கண்ணீரையெல்லாம்
சுமந்து சென்றுவிட்டன அலைகள்

பாலைவன சூரியாஸ்தமனம்

ஒரு பலத்த அடி
நொறுக்கியது அடிவானத்தின் கண்ணாடி
முள்வேலியை
ஒரு சிவப்புச்சிறுத்தை வெளியேறியது
நீலப்பேனாவிலிருந்து

மணற்குன்றுகளைத் தூய்மையாக்கிய
சுதந்திரமான காலடியோசைகள்
சிவப்புச்சிறுத்தை களிப்புடன் பாய்ந்தது
அகன்ற வெண்பனி மணல்மேடுகளின் மேல்
சிறிதுநேரம் கழிந்து சோர்ந்துபோய்த் தூங்கும்வரை

பிறகொரு பெரிய கருப்புக்கை
வான விளிம்பிலிருந்து வந்து எட்டிப் பிடித்தது

ஒரு சிவப்பு மொச்சைக்கொட்டை போல
விரைவாக, சாமர்த்தியமாக,
தழும்பில்லாமல்

நாட்டுப்புறப்பாடல்கள்

அஸாலியா மலர்

Dai

குமரிப்பெண்ணே, நிறையக் கேள்விப்பட்டிருக்கிறேன்
அல்லது அவர்கள் அப்படிச் சொல்லியிருக்கிறார்கள்

நீ அஸாலியா மலரைப்போல் அழகு நிறைந்தவளென்று

உன் காதல் நிறைந்த கண்கள்
இந்நேரத்தில் எப்படி ஒளிவீசச் செய்கின்றன
உன் வட்டவட்ட முகத்தை

உன் அன்னாசித் தோட்டத்தைத்
தினம்தினம் நான் கடக்கும்போது
உன் கழுத்து அட்டிகையின் கலகலக்கும்
இன்னிசைகளைக் கேட்பேன்
என் குதிரைக்கூட்டத்தின் மணியொலிகளையெல்லாம்
மிஞ்சுகின்றன அவை

அன்பே, நான் கட்டாயம் சொல்வேன்
உன் அன்னாசிகள் திகைப்பூட்டுகின்றன
என் கண்களுக்கு

இப்பொழுது திருட்டுத்தனமாய்ப் பார்க்கிறேன்
உன்னை
'ஓர் அழகிய அஸாலியா மலர்'
ஆ, அது உண்மைதான்!

பனி நாரையும் ஃபீனிக்சும்

Naxi

ஒன்று
ஆகாயத்தில் உயரே வட்டமிடுகிறது
ஒன்று
அகன்ற கடலின்மீது நீந்துகிறது

ஃபீனிக்சும் பனிநாரையும்
ஒன்றையொன்று பார்த்துக்கொள்ள முடியாத தூரத்தில்
வானத்தால் கடலால் தடுக்கப்பட்டு

எனினும் நாரை
தன்னைச் சூடேற்றிக் கொள்கிறது கரையில்
ஃபீனிக்ஸ்
தன்னை நனைத்துக் கொள்கிறது கடலில்

ஒன்றையொன்று கண்டுகொண்டன இப்போது
ஃபீனிக்சும் பனிநாரையும்
கடலோரம் மலர்நிழலின் ஆழத்தில்

விருந்தில் நிகழ்ந்த உரையாடல்
Dai

கன்னி

> இப்படி உற்று வெறிக்காதே
> எச்சரிக்கையாய் இரு
>
> சுற்றிலும் விருந்தினர்கள் நிறைய விருந்தினர்கள்
> அவர்கள் என்னைக் கேலி செய்யக்கூடும்
>
> அவர்கள்
> நம் ரகசியத்தைப் பற்றி அறிந்தால்
> பிறகு அவர்களுக்கு நானென்ன சொல்ல முடியும்
> என் தலையை
> எங்கேபோய் மறைக்க முடியும்
>
> உன்னைத் தெரியாத மாதிரிதான் நடித்தேன்
> ஆனால் உன் இருப்பு
> என் கண்களைக் கொள்ளை கொண்டுவிட்டது
>
> நம் கண்கள் தற்செயலாய் சந்தித்தபோதெல்லாம்
> என் இதயம் துடிப்பதை
> நான் கேட்க முடிகிறது
> என் கன்னங்கள் எரிவதை
> நான் உணர முடிகிறது

வாலிபன்

> நங்கையே முன்னே வா
> ஒளிந்துகொள்ளாதே
> ஒருவார்த்தையும் என்னிடம் பேசக்கூடாதென்று
> நடிக்காதே
>
> இப்பொழுது உன் கண்களைக்
> கைகளால் மூடிக்கொள்கிறாய்
> இருந்தாலும் விரல்கள் வழியாகத்
> திருட்டுத்தனமாக ஏன் பார்க்கிறாய்?

கன்னி

> ஆனால் அன்பே அதிகம் குடிக்காதே
> நம் சந்திப்பை
> நீ இழந்துவிடக் கூடும்
>
> உன் புல்லாங்குழலைச் சற்றே உரக்க ஊது
> மேலும் சில காதல் பாடல்களை
> உன் இதயத்திலிருந்து பாடு

வாலிபன்

> ஆ! அன்பே!
> என் தொண்டையில்
> ஒரு நத்தை ஓடு இருப்பது மாதிரி உணர்கிறேன்
>
> என்னை அப்படி வெறிக்காதே
> என் புல்லாங்குழலில்
> ஒரு தவறான ஸ்வரத்தை
> நான் இசைத்துவிடலாம்

கன்னி

> உன் முகத்திலிருந்து அந்த விசிறியை
> எடுத்துவிடு என் அன்பே
> ஆனால் உன் பாடல்
> என் இதயத்திற்குள் பாயட்டும்
>
> உன் வாயை
> அந்தக் கைக்குட்டையால் துடைக்காதே
> நம் ரகசியத்தை
> நீ விருந்தினர்களிடம் வெளிப்படுத்தி விடக்கூடும்

வாலிபன்

> ஆ! என் பெண்ணே!
> நீர் விசிறும் பண்டிகையை நினைத்துப்பார்
> ஏன் என்னைத் துரத்தினாய் அவ்வளவு நெருக்கமாக
>
> ஏன் என்னைத் தளும்பும் நீரில்
> தானே மூழ்கிய கோழிக்குஞ்சாய் மாற்றினாய்?
>
> எனக்குக் கடுமையான சளி பிடித்திருக்கும்
> என் இதயம்
> காதலென்னும் நெருப்பில் எரிந்திருக்காவிட்டால்

குடையை மிஞ்சும் Ai இலைகள்
Dai

ஆ! ஆ!
இந்தப் பழுப்பு 'ஆய்' இலையின்
ஒருபாதி மட்டும்தான்
நம் கண்களை ஒன்றாக்கி நிழல் தரும்

ஒரேயொரு பழுப்புநிற 'ஆய்' இலை
நம்மைப் பாதுகாக்கும் மழையிலிருந்து

பூனைகளையும் நாய்களையும் மழை நனைத்தாலும்
நாமிருப்போம் பத்திரமாயும் உலர்ந்தும்
ஓர் அழகான குடை
நமக்கு எந்த நன்மையும் தராது

ஆனால் இந்த மழை
நம்மை முழுவதுமாக நனைத்தால்
அத்தகைய மழைப்புயல்
மலைச்சரிவையே தரைமட்டமாக்கக் கூடும்

ஒரு நீர்த்தேக்கம் இருக்கிறது நம் கிராமத்தின் கிழக்குப்புறத்தில்

Dai

நம் கிராமத்தின் கிழக்குப்புறத்தில் நிற்கிறது
ஒரு நீர்த்தேக்கம்
பறவைகளின் பறக்கும் நிழலைத்
தன்னில் பதித்துக்கொண்டு

ஓ! *நமுலானா, உன் கண்ணாடியா அது?

நம் கிராமத்தின் மேற்குப்புறத்தில்
இருக்கிறது நெல்வயல்
வானிலுள்ள நட்சத்திரங்களைத் தொட்டு

என் இனிய அன்பே
இந்தப் பூமிக்கு
நீ இறங்கி வந்த ஏணியா அது?

(* 'Dai' மக்களின் பழைய கட்டுக்கதைகளில் வரும் அழகிய நற்குணமிக்க இனிய இளவரசி.

'Dai' மக்களின் நாட்டுப்புற இலக்கியத்தில் அடிக்கடி இடம் பெறுபவள்)

உனக்காகக் காத்திருக்கிறேன்
Shui

நான் உனக்காகக் காத்திருக்கிறேன்
இன்னும்
காத்துக்கொண்டிருக்கிறேன் உனக்காக
நீலக்கற்கள் களிமண்ணாய் மாறும்வரை

என் இதயம் காத்திருக்கிறது உனக்காக
இன்னும்
காத்துக்கொண்டிருக்கிறது உனக்காக
மலைக்குன்றுகள் பள்ளத்தாக்கினுள் விழும்வரை

உறைந்த சட்டமாய்
இங்கே காத்துக் கொண்டிருக்கிறேன் உனக்காக
சிறுசரிவுகள்
பெரும்சிகரங்களாக மாறும்வரை

என் முழு இதயத்தோடு
நான் காத்துக்கொண்டிருக்கிறேன் உனக்காக
பூசணிக்காய் வெள்ளரியாக மாறும்வரை
பசும்புல் பெருமரமாய் மாறும்வரை

ஆனால் இன்னும் ஒரு வார்த்தையும்
நான் பெறவில்லை என் அன்பிடமிருந்து

பூசணிக்காய் வெள்ளரியாய் மாறிய பின்னர்
யார் சொல்வது
எங்கள் காதல் தூய்மையற்றது
செம்மையற்றதென்று?

இறப்பு
எங்கள் சாம்பலை ஒன்றாக்கும்
எங்கள் சுவர்க்க வீட்டில்

(∗ 'Dai' 'Naaxi', 'Shui' ஆகியன சீனாவிலுள்ள நாட்டுப்புறப் பகுதிகள்)

Chang Yao கவிதைகள்

நீரில் நடப்பவன்

மழையை அடுத்த வானவில்
தெளிவான பல பார்வைகளைத் தருகிறது

ஆனால் யாரும் கவனிப்பதில்லை
மின்னல் கணத்தில் தடுமாறி
வெள்ளப்பெருக்கின் மையச்சுழியில்
எச்சரிக்கையாய்க் கால் அமிழ்த்தி
நீரோடையில் சிரமத்துடன் நடக்கும் மனிதனை

அவனுடைய இதயத்தின் நீண்ட பெருமூச்சு
கேட்கப்பட்டதே இல்லை

மக்கள் அவனை மட்டுமே பார்த்துள்ளனர்

அமைதியாய் நீரோடையைக் கடந்து
அமைதியாய் தூரங்களில் நடந்து
மழைக்குப் பிந்திய வானவில்லில் இருந்து
அமைதியாய் மறைபவனை

மக்கள் நினைக்கிறார்கள்
அந்த மனிதன்
மாலைநேரத்தில் நீரோடையை ஒளிவீசச் செய்கிறான்
அழகாக.

பனிநிலம்

அப்பொழுது உறைபனி உருக்கொள்ளத்
தொடங்கியிருந்தது
கருஞ்சிவப்பு பீச் அரும்புகளும்கூட
மலரத் தொடங்கியிருந்தன

மேலோட்டமாகப் பார்த்து விடாதே
மலைகளின் ஆழத்தில் அங்கொரு ஏரி இருக்கிறது
மீன்பிடி வலைகளால் தொடவே படாமல்
அதன் மேற்பரப்பு முழுவதும் மூடப்பட்டிருக்கிறது
வெள்ளிநிற மீன் வகைகளால்

மலையுச்சியில்
ஊதாக்கதிர்களால் போர்த்தப்பட்ட மக்கள்
வாழ்கின்றனர்

அங்கிருக்கிறாள் என் காதலி

நீர் சுமக்கும் பெண்கள்

தார்க்கருமை செறிந்த ஆற்றங்கரையிலிருந்து
சமையலறைப்புகை விரவிய நீளும் சாலை நோக்கி
நீர் சுமக்கும் பெண்களின் நீண்ட வரிசை
சாலையைப் போலவே ஒழுங்கற்றதாய்

இருந்துகொண்டே இருக்கிறது பழங்காலம்முதல்

பெண்களின் லேசாகக் கூனிய முதுகுகளின் மேல்
கருநிறச்சிலைகள் போல் மரப்பீப்பாய்கள்
பொன்னிறநீரை
அவர்களின் பொன் இதயங்களில் தெளித்தபடி

இருந்துகொண்டே இருக்கிறது பழங்காலம்முதல்

உண்மை
பனிமலைகளின் தேவதையால் ஆதரிக்கப்படும்
புல்வெளி
கருணையுடையது
பெண்களின் இதயங்களும்கூட கருணை நிரம்பியவை

கனத்த சுமைகளை முதுகில் சுமந்து
தங்களை வழிபடுவோர் நெருங்குவதை
நெருப்புக்குப் பின்னிருந்து

அதே கொடிய பார்வைகளால் கண்காணித்த
வில்லையும் அம்பையும் கைகளிலேந்திய
அந்தத் திடமான பழங்குடி மனிதர்களின்
இதயத்தில் இருந்தனரா

அன்பு நிறைந்த ஒரு தாய்
ஒரு மனைவி
அல்லது ஒரு மகள்?

எந்நேரமும் ஒலிக்கும் வெள்ளிமணிகள்
இருந்துகொண்டே இருக்கின்றன பழங்காலம்முதல்

டன்ஹூவொன் குகைகளில் ஒட்டக மணியோசை கவனித்தல்

அதுவொரு வெதுவெதுப்பான மாலை

மிகத்தொலைவில் தெளிவற்ற தாளச்சத்தங்கள்
மிதந்து வந்தன நிலாவொளியுடன்
மணல் மேடுகளுக்குப் பின்னிருந்து...

அங்கே வெண்கலத் தாளங்களைக்
கனிவாக இசைப்பது யார்?
மீன்பிடி படகுகளின் சுடர்நடுங்கும் விளக்குகளைப்போல...
தொனிகள் மிக நேர்த்தியாய் பழமையாய்

காலணிகளையும் காலுறைகளையும் கைகளில்
எடுத்துக்கொண்டு
வெறுங்காலுடன் நடந்தேன் மணல்வீச்சின் வழியே...

நினைவுபடுத்திக் கொண்டேன்

செந்நிறத் துணியின் தொங்கல்களோடு
வாயிற்பகுதியில்
நெட்டிலிங்க மரத்தில் கட்டப்பட்டிருந்த
இரு ஒட்டகங்களைப் பார்க்க
மீண்டும் மீண்டும் என்னை நிறுத்திய
என்னுடன் வந்திருந்த ஜப்பானிய அறிஞரை

நதியோரத்தில் நிற்கும்
இரண்டடுக்குப் படகுகளைப் போல
அழகாயிருந்தன அவை

ஆனால் அங்கே வெண்கலத்தாளங்களை
யார் இசைக்கக்கூடும்?

யாரோ நிச்சயம் இருக்கவேண்டும்

நிலாவொளி படிந்த மணல்மேடுகளுக்கப்பால்
காலணிகளையும் காலுறைகளையும்
என்னைப் போலவே கைகளில் எடுத்துக்கொண்டு
நீள நினைத்து, கவனித்து
சுவடுகளில் காத்திருந்து....

ஆனால் மிகச்சிறப்பாக வெண்கலத்தாளங்களை
யார் ஒலிக்கக்கூடும்
அழகு செறிந்த குகைகளில்?

அழகியல் குறித்து தற்செயலான வரிகள்

என் வாழ்வின் பலதுறைகள்
பின்னே விடப்பட்டு விட்டன
ஒரு கடைகோடி வகுப்பினனாக

பகட்டான வணிகமயமான விளம்பரங்களின்
தந்திரங்கள்
முடிவில் என் மனதில்
மிச்சமாய் விட்டுச் சென்றிருப்பது
மினுங்கும் வண்ணங்களின் அடுக்கை மட்டுமே

அவற்றைவிட என்னை மயக்குவன

ஒருகிராமத்துத் தோணி
சுழலும் பனி
கீச்சிடும் சிறு படகுகள்
காற்று புகாத லாந்தர் விளக்கு

நான் வெட்கப்படுகிறேன்
பல பக்குவங்களைக் கடந்து வந்திருக்கிறேன்
காலங்கள்தோறும்

ஒரு பட்டறையிலிருந்து மற்றொன்றிற்கும்
ஓர் உலையிலிருந்து மற்றொன்றிற்கும் மாற்றப்பட்டு
சிதைக்கப்பட்டது என்னவெனில் என் கபடமின்மை
உருக்கப்படாமல் எஞ்சியது என்னவெனில்
என் நோக்கமற்ற வீண் பிடிவாதம்

நான் சிந்திய
ஒரு கண்ணீர்த்துளியைப் பொறுக்கி
நழுவவிடாமல் பிடித்திருக்கிறேன்
ஒரு வைரம் போலக் கருதி

சொல்லத் தேவையில்லை
எது அழகோ அதை நேசிக்கிறேன்

ஆனால் எவ்வகை வசீகரம்
என்னை ஆசைகாட்டி துறக்கவைக்க முடியும்
வரிவரியாய் உழப்பட்ட நிலம் குறித்த
என் தனிப்பட்ட வியப்பை

அந்த நீண்ட வரித்தடங்கள்
அழகாகவும் கவர்ச்சியாகவும் உள்ளன
விவசாயியின் முன்நெற்றியிலிருக்கும் சுருக்கங்களைப்
போல

அவை நினைவுபடுத்துகின்றன
சூழ்நிலையால் மாசுபடுத்தப்படாத நேர்மைகளை

மேலும்
சுயநலத்திற்காகச் சுரண்டப்படக் காத்திருக்கும்
வளமான செல்வங்களையும்.

ஒரு தெற்கத்திப் பாடல்

பனிநிறைந்த மலையின்
மெல்லிய தூரிகையைப் பிரயோகித்து

தெற்கத்திய நிலங்களின்
ஆறுகளையும் ஏரிகளையும் வரைய
வீட்டை விட்டு
வெகுதொலைவு பெயர்ந்த ஒருவன்

இளம்வயது நினைவுகளுடன் இருக்கிறான்
சொந்தஊரின் படகுகளையும்
நீர்நிலையோர வாழைத்தோட்டங்களையும் எண்ணி

ஆனால்
இளமைக்கனவுகளின் சன்னல்களை அலங்கரிக்க
குன்லுன் மலைகளிலிருந்து வரும்
வலிய காற்றல்லவா செதுக்குகிறது
தெற்கிலுள்ள அழகிய உறைபனியை

வடக்கு நிலத்திற்கு
இடம் பெயர்த்து நடப்பட்ட
நானொரு இளைய *கும்குவாட் மரம்

நான் பழங்களைத் தரவில்லை
எனினும் தயாராய் இருக்கிறேன்

ஒருசோடி பசும்தளிர்களைத் துளிர்க்க
புன்னகையுடன்
காலைப் பனித்துளியில்
என்னை ஈரப்படுத்திக் கொண்டு

*எலுமிச்சை மரவகை

நூறு காளைகள்

சீறிப்பாயும் நூறு காளைகளின் பலத்த காலடியோசை
எழும் புதிய யுகத்தின் உராய்வு

கனத்த செந்நிற மேகங்கள்
ஒரு நெருப்புமிழும் திரைச்சீலை

மதுவுடன் கலக்கப்பட்ட குருதிபோல் கம்பீரமாய்

மேல் உயர்த்திய கொம்புகளுடன்
மிக உன்னதமாய்
தனித்து

மேல் உயர்த்திய கொம்புகளுடன்
ஒருநூறு காளைகள்
நூற்று தொண்ணூற்றொன்பது கொம்புகள்

நூறு காளைகளும் தருகின்றன
நூற்று தொண்ணூற்றொன்பது மிடுக்கான காட்சிகளை

அலையும் செந்நிற மேகங்களுக்கும்
கொம்புகளின் அரணுக்கும் நடுவே நின்றுகொண்டு

இசைப்போன்
உக்கிரமான ஊதுகொம்பை
உயர்த்திப் பிடித்து ஊதுகிறான்
சுறுசுறுப்பாய்
மதுவுடன் கலக்கப்பட்ட குருதிபோல் கம்பீரமாய்
நூறுகாளைகளின் விதைப்பைகள் நிழலிடுகின்றன
பூமியின்மீது

நூறுகாளைகளின் விதைப்பைகள் தொங்குகின்றன
வானத்தின்மேலே

நள்ளிரவில் ஒருநூறு விந்துக்கள்
அமைதியாய் நனைத்தன நிலத்தை

மதுவுடன் கலக்கப்பட்ட குருதிபோல் கம்பீரமாய்

சிறுநகரத்தின் மந்தகாலம்

மந்தகாலத்தின்போது
ஒரு சிறிய நகரம்

மந்தகாலம்
பால் வேறுபாடு காட்டும்
அடையாளங்கள் எதுவுமற்ற
ஒரு தட்டையான முகம்

மந்தகாலம்
தேங்கி நிற்கும் ஒரு நதி
அசையாத ஓர் ஏரி

மந்தகாலம்
நிறைய இடைநிறுத்தங்களுடன்
மெதுவாக ஓடும் ஒரு ரயில்

மந்தகாலம்
எல்லாரும் பயன்படுத்தியே தீரவேண்டிய
ஒரு வெறுஞ்சொல் துணுக்கு

மந்தகாலம்
ஈர்க்கும் நிகழ்ச்சிகளற்றது
ஆன்மாவைக் கிளரச்செய்யும் சிலிர்ப்புகளற்றது
மந்தகாலம்
ஓர் ஒலியற்ற வாசமற்ற காலம்

மந்தகாலம்
சுய ஆறுதல் காணும் அரிப்பினைத் தந்து
உணர வைக்கிறது மக்களை
சௌகரியமற்று

மந்தகாலம்
நரம்புகளைத் தாக்கும் ஒரு விஷவாயு

மந்தகாலம்
ஒரு சாலையோரத் தோட்டம்

மந்தகாலம்
ஒவ்வொரு வெட்டிலும் வளரச்செய்கிறது மரத்தை

மந்தகாலம்
வயல்வெளியிலிருக்கும் குறுக்குநெடுக்கான ஒருபாதை

மந்தகாலம்
ஒவ்வொரு மரத்தடியிலும் அமைதியாய் அமர்ந்து
முழங்கால்களைக் கைகளால் பற்றி
தியானம் செய்யும்
ஒரு சிறுமியை உடையது

மந்தகாலம்
சிறுமிகளின் கட்டம் போட்ட சட்டைகளைச்
சூழ்நிலைகளுடன் மகிழ்ச்சியாய் ஒன்றுபட வைக்கிறது
(சில நேரங்களில்
அமைதியற்ற தோற்றங்களின் அறிகுறிகூட தெரியலாம்
சான்றாய்
அவர்கள் மணப்பெண்ணின் நாற்காலியின் பின்புறமாக
ஒதுங்கிநின்று செயலற்று விழிக்கும் போது)

மந்தகாலம்
கட்டில் சட்டத்தின் கம்பிகளில் ஓய்வெடுக்கும்
பருத்த கையுடைய
வாழ்க்கையை நன்றாக அனுபவிக்கத் தெரிந்த
மனிதனைப் போன்றது

மந்தகாலம்
வியர்வை மணமற்ற
கம்பளிச்சட்டைகள் நிறைந்த
ஓர் அலமாரி

மந்தகாலம்
தூண்டுகிறது சிறுமைத்தனத்தை

வெற்றுக்கோட்டை

நேராகக் கோட்டையினுள் நடந்தேன்
என் குழந்தையுடன்

மிக முதல் கணத்திலேயே
நிச்சயமாய் நான் நினைத்தேன்
அவர்கள்
சுற்றிலும் எங்கேனும் இருக்கக்கூடும்

படிகளின் மேலேறினேன் குழந்தையுடன் சேர்ந்து
எங்கள் பாதங்கள்
இசைலயத்துடன் ஒலித்தன படிகளில்
வெற்றுமலையில் எதிரொலிப்பது போலிருந்தது
அந்த இனிய ஓசை

எங்கள் பாதங்கள் கவனமாய்ப் பதிந்தன
செயற்கைக் கருங்கல் தரைகளில்
வெற்று மலையில் எதிரொலிப்பது போலிருந்தது
அந்த உரத்த தெளிவான ஓசை

நான் நினைத்தேன்
பூமியில்
எங்கே அவர்கள் சென்றிருக்கக்கூடும்

அரங்கின் கதவு திறந்திருக்கிறது
காலைச்சூரியன் சன்னல் வழியே
பிரகாசமாய் ஒளிர்ந்தாலும்
விளக்குகள் எரிகின்றன இன்னும்

படிக சாம்பல் கிண்ணத்தின் சிகரெட் துண்டு
நீலப்புகைக் கற்றையை உமிழ்கிறது
சில வெளிர்சிவப்பு உதட்டுச்சுவடுகள்
படிந்திருக்கின்றன கோப்பையில்

வெற்றுக்கோட்டையின் வறண்ட விருந்தினால்
பீதியுற்ற என் குழந்தை
மேலே செல்லத் தயங்கி
பின்வாங்கி ஒதுங்கினான் என்னருகே

நான் நினைத்தேன்

எவ்வளவு துணிவாக
அவர்கள் அசட்டை செய்கிறார்கள்
ஒரு குழந்தையின் வருகையை

பிறகு ஏறினோம் மேல்தளத்திற்கு
பெருமூச்சுடன் என் குழந்தை
அவனுடைய நீர்ததும்பிய கண்கள்
மன்றாடின என்னிடம்
அவ்விடத்தை விட்டு உடனே நீங்க

ஆனால் மேற்கூரையை நோக்கிச்
சவால்விட்டேன் நான்

வெளியே வாருங்கள் எல்லாரும்
சுவர்களிலிருந்து முகமூடிகளிலிருந்து
காகிதங்களிலிருந்து
நீங்கள் கட்டிய கோட்டையிலிருந்து

விட்டுவிடுங்கள்
தவறான புரிதல்களை
பேதங்களை
அலட்சியங்களை...

நான் உறுதிகொண்டேன்
குழந்தையும் நானும்
இவற்றையெல்லாம்
என்றாவது சூறையாடி விடுவோமென்று.

ஏழடிக்கவிதை
Cao Zhi

மொச்சையை வேக வைக்க
அவரைத்தண்டுகளை எரிக்கிறார்கள் மக்கள்
சோயாவை வடிகட்டுகிறார்கள் பானம் தயாரிக்க

பானைக்கு அடியில் எரிகிறது அவரைத்தண்டு
பானையிலிருக்கும் மொச்சை அழுகிறது

ஒரே வேரிலிருந்து பிறந்திருந்தாலும்
ஏன் அவை ஒன்றையொன்று வதைத்துக்
கொள்கின்றன?

கவிஞர்கள் பற்றிய சிறுகுறிப்புகள்

Ai Qing

ஸெயிஜியாங் பிரதேசத்திலுள்ள ஜின்ஹுவாவில் 1910ல் ஒரு நிலப்பிரபுத்துவக் குடும்பத்தில் பிறந்தார். பிரான்சில் உயர் கல்வி முடித்து நாடு திரும்பியவர். 1932ல் 'இடதுசாரி கலைஞர்கள் சங்கம்' என்ற அமைப்பில் சேர்ந்தார். அதே வருடத்தில் சிறையிலும் அடைக்கப்பட்டார். அப்போது கிடைத்த ஓய்வில் ஏராளமான கவிதைகளை எழுதினார். 1936ல் தொகுப்பாக அவை வெளிவந்தன. 1946 – 49வரையில் இவர் வடக்கு சீனாவின் கலை இலக்கியக் கல்லூரியின் துணை அதிபராகப் பணியாற்றினார். பின்னர் 'மக்கள் இலக்கியம்' இதழின் துணை ஆசிரியரானார். 1950ல் சீனா வந்த பாப்லோ நெரூதாவை இவர் சந்தித்துப் பேசியுள்ளார்.

Bai Hua

1930 குளிர்காலத்தில் ஹெனான் பிரதேசத்தில் பிறந்தவர். ஜப்பானியர்களுக்கு எதிரான போரால் தூண்டப்பட்டு தன் சுய அனுபவங்களையும் கலந்து இவர் கவிதைகள் எழுதினார். இவரது முதல் கவிதை யான 'நெசவாளிகள்' மக்களின் நம்பிக்கையற்ற அவலமான வாழ்வைப் பேசியது. "பொதுவான தற்கால உணர்வுகளை நேரிடையாகவும் சிக்கலற்றும் பேசுவதே என் நோக்கம்; காலாகாலத்திற்குமான இலக்கிய மதிப்பைத் தேடுவதன்று" என்று கூறும் இக்கவிஞர் "மயில், கழுகுகள், குறுக்குவில்" முதலிய புகழ் பூத்த நீண்ட கவிதைகளை எழுதியுள்ளார். முதலிரண்டு கவிதைகளும் வெளியிடப்பட்டன. ஆனால் கடைசிக் கவிதையின் கையெழுத்துப் பிரதி கலாச்சாரப் புரட்சியின்போது எரிக்கப்பட்டுவிட்டது.

Cao Zhi

கி.பி. 192 முதல் கி.பி. 232வரை வாழ்ந்த இவர் 'வீ' பேரரசின் கவிஞராக இருந்தவர். 'அன்ஹுய்', மாகா

ணத்தைச் சேர்ந்தவர். ஐந்தடிகளால் ஆன நாட்டுப்புறப் பாடல்களை மிகுதியும் இயற்றிய வளமான கவிஞர். இளம் பிரபுக்களின் ஓய்வான வாழ்க்கையும் இளமையின் குழப்பங்களும் உணர்வு ரீதியான எதிர்வினைவுகளும் இவரது கவிதைகளின் பாடுபொருள்களாக உள்ளன.

Chang Yao

'தாயுவான்' மாகாணத்தில் ஹூனான் பிரதேசத்தில் 1936ல் பிறந்தவர். இராணுவத்தில் பணி புரிந்தவர். 1950–80களுக்கு இடைப்பட்ட காலப்பகுதியில் இவரால் எழுதப்பட்ட கவிதைகள் 'சாங் யோவின் பாடல்கள்' என்ற தலைப்பில் 1986ல் வெளிவந்தன. இத்தொகுப்பு இவரை வெளிச்சத்திற்குக் கொண்டு வந்தது, இந்நூலில் இவருடைய ஒன்பது கவிதைகள் பெயர்க்கப்பட்டுள்ளன.

Chen Chunqiong

கைஜெவ் பிரதேசத்திலுள்ள ஸூன்யீயில் 1952ல் பிறந்த பெண் கவிஞரான இவர், 'பச்சை காதல்மணிகள்' என்ற கவிதைத் தொகுதியை வெளியிட்டுள்ளார்.

Chen Jiguang

ஸையோஷன் மாநிலப் பகுதியில் ஸீஜியாங் மாகாணத்தில் 1947ல் பிறந்தவர். 'கண்ணீர் கருக்கொண்ட பாடல்' மற்றும் வேறு கவிதைத் தொகுப்புகளையும் வெளியிட்டுள்ளார்.

Chen Jingrong

இவர் 1917ல் லெசான் மாநிலத்தில் சிச்சுவான் பகுதியில் பிறந்தவர்.

Chen Song Ye

1954ல் வூஹானிலுள்ள 'ஹூபெயில்' பிறந்த இவர், பெய்ஜிங் வெளியீட்டு நிறுவனத்தில் பணிபுரிகிறார். 'ஒரு காதல் சங்கதி' 'ஏப்ரலின் புற்கள்' முதலிய பிற கவிதைத் தொகுப்புகளையும் இவர் வெளியிட்டுள்ளார்.

Du Fu

இவருடைய காலம் கி.பி. 712–770 ஆகும். கவிதையோடு இசை, நடனம், ஓவியம், எழுத்துச் சித்திரம் வரைதல் போன்ற பல்வேறு துறைகளிலும் இவர் ஆர்வம் கொண்டிருந்தார். தன் காலத்திய முக்கியக் கவிஞர்கள் பலருடனும் இவர் நெருங்கிய நட்பு கொண்டிருந்தார். பத்து வருடங்களுக்கும் மேலாக வேலையற்றிருந்த இவர் பிறகு சீனப் பேரரசில் பல பதவிகளை வகித்தார். ஏறக்குறைய 1400க்கும் மேற்பட்ட கவிதைகள் இவர் பெயரில் உள்ளன. சமூகக் கொடுமைகளை இவர் தன் கவிதைகளில் தொடர்ந்து விமர்சித்தார்.

Fang Bing

ஃபெங்டய் மாகாணத்தில் 'அன்ஹுய்' பிரதேசத்தில் 1914ல் பிறந்தவர். தற்போது லியோனிங்கிலுள்ள சீன எழுத்தாளர் சங்கத்தில் ஒரு தொழில்முறை எழுத்தாளர். 'கடலின் இதயம்' என்ற தலைப்பிலமைந்த ஒரு கவிதைத் தொகுப்பு இவரது வெளியீடுகளில் ஒன்று.

Jidi Majia

தன்னாட்சி பெற்ற லியாங்சன்யீ ஸாவோ பிரதேசத்திலுள்ள ஸாவோஜீயில் 23.6.1961ல் பிறந்தவர். இவரது முழுப்பெயர் ஜிடி லுவோகுயி மாஜியாலாகி என்பதாகும். ('யீ' குடும்ப மரபுப்படி மகன் மற்றும் தந்தையின் பெயர் இணைத்துக் கொள்ளப்பட்டுள்ளது). சீனாவின் பழங்குடி வகுப்பைச் சேர்ந்தவர். இக்கவிஞரது 'சுயஉருவப் படமும் பிற கவிதைகளும்' என்னும் தொகுப்பு, இரண்டாவது தேசிய இலக்கிய விருதைப் பெற்றதாகும். 1985ல் வெளியிடப்பட்ட 'முதல் காதலின் பாடல்கள்' என்ற இவரது முதல் கவிதைத் தொகுதியும் மூன்றாம் தேசிய புதுக்கவிதைக்கான விருதைப் பெற்றுள்ளது. 1989ல் இவரது இன்னொரு கவிதைத் தொகுதி, 'Yiயின் கனவுகள்' என்ற நூல், பீஜிங்கில் பதிப்பிக்கப்பட்டுள்ளது.

Han Dong

நான்ஜிங்கில் 1961ல் பிறந்தவர். இப்போது ஒரு பல்கலைக் கழக விரிவுரையாளராகப் பணியாற்றி வருகிறார்.

Huang Dongcheng

ஜியாங்ஸு பிரதேசத்திலுள்ள நான்டாங்கில் 1935ல் பிறந்தவர். 'இளமையின் ராகம்' உள்ளிட்ட பல கவிதைத் தொகுதிகளை வெளியிட்டுள்ளார். நான்ஜிங்கில் பொறுப்பாசிரியர் பணியில் உள்ளார்.

Huang Huai

ஜிலின் பிரதேசத்திலுள்ள சாங்சன்னில் 1939ல் பிறந்தவர், 'விதியும் காதலும்' உள்ளிட்ட பல கவிதைத் தொகுதிகளை இவர் வெளியிட்டுள்ளார்.

Lei Shuyan

சான்ஸீ பிரதேசத்திலுள்ள ஜிங்யாங்கில் 1942ல் பிறந்த இவர் 'புல் பாடுகிறது' உள்ளிட்ட பல கவிதைத் தொகுதிகளை வெளியிட்டுள்ளார். பீஜிங்கில் உள்ள தொழிலாளர்கள் அச்சகத்துக்காக வேலை செய்கிறார்.

Lei Ting

1937ல் ஜினான், ஷான்டாங்கில் பிறந்த லீ டிங், தற்பொழுது பெய்ஜிங்கில் இருந்து வெளிவரும் கவிதை இதழின் ஆசிரியராக உள்ளார். இவரது கவிதைத் தொகுப்புகளில் ஒன்று "உடைந்த கப்பலும் வண்டலும்".

Li Bai

இவரது காலம் கி.பி. 701–762ஆகும். இவர் சுஜாப் நகரிலுள்ள ஐசிக்கின் வடமேற்குப் பகுதியிலுள்ள அன்ஸி பிரதேசத்தில் பிறந்தவர். இளமையிலேயே அறிவுக்கூர்மை நிரம்பப் பெற்றிருந்த இவர், பெரும் படிப்பாளியாகவும் பயணியாகவும் இருந்தார். வாழ்வில் பல இன்னல்களையும் அவமானங்களையும் எதிர்கொண்ட இவர், இறுதியாக டாங்டு என்றழைக்கப் பட்ட இன்றைய அன்ஹூய் பிரதேசத்திலுள்ள இவருடைய மாமாவின் வீட்டில் இறந்தார். அதிக அளவில் கவிதைகளை எழுதியவர். ஏறக்குறைய ஆயிரம் கவிதைகள் இன்று இவர் பெயரில் உள்ளன. ஆடம்பரங்களிலும் இன்பக் களியாட்டங்களிலும் வாழ்வை வீணடித்த தன்காலச் சமுதாயத்தை இவர் எதிர்த்தார். இவருடைய கவிதைகள் புனைவியல் தன்மை உடையவை.

Lin Ke

1936ல் செங்டு, ஸிசுவானில் பிறந்த லின் கி, ஹனானில் உள்ள சான்ஹவான் புத்தக வெளியீட்டு நிறுவனத்தின் ஆசிரியர். 'ஊமை இரவுகளில் தனியே பேசுதல்' என்னும் தலைப்பிட்ட கவிதைத் தொகுப்பின் ஆசிரியர்.

Lin Xi

1935ல் டியான்ஜின்னில் பிறந்த இவர், 'பெயரற்ற நதி' உள்ளிட்ட பல கவிதைத் தொகுதிகளை வெளியிட்டுள்ளார்.

Lin Xiaoyu

1951ல் வூஹானில் பிறந்த பெண் கவிஞர். பெய்ஜிங்கில் கவிதைப் பத்திரிகை ஒன்றில் பணிபுரிகிறார். 'காட்டு வாத்தின் பாடல்', 'கிழக்கு ஒளி', 'சிகப்புக்கைக்குட்டை' உள்ளிட்ட கவிதைத் தொகுப்புகளை இவர் வெளியிட்டுள்ளார்.

Liu Liping

1965ல் யூயாங் ஹனானில் பிறந்த பெண் கவிஞரான லியு லிப்பிங், தான் பிறந்த ஊரிலுள்ள கலாச்சார மையத்தில் பணிபுரிகிறார்.

Li Ying

1926ல் 'ஃபென்குருன்'னில் உள்ள 'ஹபெய்'லில் பிறந்தவர் லீ யிங். 'லீயிங்கின் தேர்ந்தெடுக்கப்பட்ட கவிதைகள்' உள்ளிட்ட இருபதுக்கும் மேற்பட்ட கவிதைத் தொகுப்புகளை வெளியிட்டவர்.

Ren Hongyuan

1937ல் கியோன்கிலை, ஸசுவானில் பிறந்த ரென் ஹாங்யுவான் தற்போது பெய்ஜிங் நார்மல் பல்கலைக் கழகத்தில் பேராசிரியராக இருக்கிறார்.

Sang Hengchang

சான்டாங் பிரதேசத்தில் உள்ள வூசெங்கில் பிறந்தவர். ஜினான் மஞ்சள் நதி மதிப்புரை இதழின் பொறுப்பாசி

ரியராகப் பணியாற்றியவர். 'சாங் ஹெங்சாங்கின் பாடல்கள்' மற்றும் பிற கவிதைத் தொகுதிகளையும் இவர் வெளியிட்டுள்ளார்.

Shi Zhi

1948ல் ஷான்டாங்கில் பிறந்த இவர், பெய்ஜிங்கிலுள்ள தொழில் நுட்ப ஆராய்ச்சி நிறுவனத்தில் பணிபுரிகிறார். இது அவரது கவிதைத் தொகுப்பிலுள்ள தலைப்புக் கவிதையாகும்.

Su Min

இப்பெண் கவிஞர் ஜினான் பகுதியில் 1951ல் பிறந்தவர். பெய்ஜிங்கில் பொறுப்பாசிரியராகவும் நிருபராகவும் இருக்கிறார். "கனவுகளிலிருக்கும் இளைஞர்கள்" என்னும் கவிதைத் தொகுப்பை வெளியிட்டுள்ளார்.

Tao Zhu

ஹுனான் பிரதேசத்திலுள்ள குயியாங்கில் ஜனவரி 1908ல் பிறந்தவர். நவம்பர் 1969ல் இறந்தவர். சீனாவின் தொடக்ககாலப் புரட்சியாளர்களுள் இவரும் ஒருவர். தன் வாழ்வை முழுமையாகச் சமூகச் சீர்திருத்தங் களுக்காக அர்ப்பணித்த இவர், இடைக்காலத்தில் சில கவிதைகளையும் கட்டுரைகளையும் எழுதியுள்ளார். பெரும்பாலும் இவரது கவிதைகள் மரபு நடையில் எழுதப்பட்டவை.

Wang Danhui

1963ல் ஹுனானில் உள்ள சாங்ஷாவில் பிறந்த பெண் கவிஞர். 'அந்திக்குப்பின் காத்திருப்பேன் உனக்காக' என்னும் தலைப்பில் இவர் கவிதைத் தொகுப்பு வெளியிட்டுள்ளார்.

Wang Guozhen

1956ல் ஸியாமென் ஃபியூஜன்னில் பிறந்த இவர், சீனக் கலை ஆராய்ச்சி நிறுவனத்தின் ஆசிரியராகப் பணிபுரிகிறார். 'இளைய அலை', 'இளைய சிந்தனை' மற்றும் 'இளைய காற்று' ஆகிய மூன்று கவிதைத் தொகுப்புகளை வெளியிட்டுள்ளார்.

Wei Zhiyuan

செங்டூ, சிசுவான் பிரதேசத்தில் 1952ல் பிறந்தவர். 'பனி நிலங்கள்' என்னும் கவிதைத் தொகுதியை வெளியிட்டுள்ளார். 1978ல் திபெத்திற்குச் சென்ற இவர் 1986ல் பணி நிமித்தமாக செங்டூவுக்குத் திரும்ப அழைக்கப்பட்டார்.

Wu Bengxing

1913ல் அன்ஹூவா, ஹூபெய் பிரதேசத்தில் பிறந்த வு பெங்ஸிங், வூஹான் பல்கலைக் கழகத்திலும் நான்ஜிங் நார்மல் பல்கலைக்கழகத்திலும் பேராசிரியராகப் பணியாற்றியவர். பெங்ஸிங்கின் கவிதைகள் உள்ளிட்ட ஏராளமான கவிதைத் தொகுப்புகளையும் கவிதைக் குறிப்புகளையும் இவர் வெளியிட்டுள்ளார்.

Xiao Xue

யூனான் மாகாணத்தில் டாலி என்னுமிடத்தில் 1935ல் பிறந்தவர். இவர் Bai *இனமரபினர். '*Xiao Xue*'வின் கவிதைகள்' மற்றும் 'ஒரு நாட்டுப்புற வாழ்வு' ஆகிய கவிதை நூல்களை வெளியிட்டுள்ளார். யூனான் எழுத்தாளர் சங்கத்தின் உறுப்பினர் இவர்.*

Xi Chuan

1963ல் பெய்ஜிங்கில் பிறந்த ஸீசுவான், ஸின்ஹூவா செய்தி நிறுவனம் வெளியிடும் 'உலகைச் சுற்றி' என்னும் இதழில் பணிபுரிகிறார்.

Xu Weixin

1957ல் ஜிக்ஸி, அன்ஹூயில் பிறந்த இவர், ஹூவாங் ஷான், அன்ஹூயில் உள்ள ஆராய்ச்சி நிறுவனத்தில் பணிபுரிகிறார்.

Xu Zhimo

ஸீஜியாங் மாகாணத்தில் 1896ல் பிறந்த இவர் ஒரு புனைவியல் கவிஞர். லண்டனிலும் கேம்பிரிட்ஜிலும் உயர்கல்வி கற்றவர். பல அயல் நாடுகளுக்குக் கல்வி தொடர்பான சுற்றுப் பயணங்களை மேற்கொண்டவர். வால்ட் விட்மனின் உரைப்பாக்களால் ஈர்க்கப்பட்டு

கவிதைகள் எழுதியவர். அக வாழ்வில் ஏற்பட்ட பல்வேறு நெருக்கடிகள் இவரது கவிதைகளின் பாடுபொருளாகி உள்ளன. 'ஸிமோவின் கவிதைகள்', 'ஃபிளாரன்சில் ஓர் இரவு', 'ஒரு சீற்றமுடைய புலி', 'உலகத்தைச் சுற்றித் திரிதல்' ஆகிய நான்கும் இவரது கவிதைத் தொகுப்புகளாகும். இவர் 1931ல் இறந்தார்.

Yao Zhenhan

1940ல் ஜோகுயாங் மாகாணத்தில் ஹூபெய் பிரதேசத்தில் பிறந்த யோ ஜென்ஹான், ஹெங்ஷூய் இலக்கியம் மற்றும் கலை வட்டங்களின் கூட்டமைப்பில் பணியாற்றுகிறார். 'பூமியும் சூரிய ஒளியும்', 'என் பாடலைப் பாடுகிறேன்' உள்ளிட்ட பல கவிதைத் தொகுப்புகளின் ஆசிரியர்.

Yei Lei

1951ல் டியான்ஜின்னில் பிறந்த பெண்கவிஞர் யீ லீ. பல கவிதைத் தொகுப்புகள் மற்றும் 'யீ லீயின் காதல் கவிதைகள்' ஆகியவற்றின் ஆசிரியர். டியான்ஜின்னில் உள்ள சீன எழுத்தாளர் சங்கத்தில் தற்போது பணிபுரிகிறார்.

Ye Yanbin

ஹூலொன்ஜியாங் மாகாணத்தில் ஹார்பின் பகுதியில் 1948ல் பிறந்தவர். 'நட்சத்திரங்கள்' என்னும் கவிதை விமர்சன இதழின் பொறுப்பாசிரியர். 'இணைப்பாடல்', 'குற்றவாளி', 'வெண்புறா' ஆகிய கவிதைத் தொகுப்புகளை வெளியிட்டுள்ளார்.

Yi Lin

ஸயாவோசான் ஜியாங்கில் 1948ல் பிறந்த இவர், ஜீ ஹாங் சௌவில் உள்ள மேற்கு ஏரிப்பகுதியில் வளர்ந்தார். பெண் கவிஞரான இவர், 'காட்டுப் புறாக்கள்' என்ற கவிதைத் தொகுதியை வெளியிட்டுள்ளார்.

Zhang Ye

ஷாங்காய் பகுதியில் 1948ல் பிறந்தவர். பெண் கவிஞரான இவர் 1965லிருந்து கவிதைகள் எழுதத்

தொடங்கினார். ‘வளர்ந்த பெண்ணின் இதயம்’, ‘பிரிவு’, ‘ஒரு கவிஞனின் காதல்’, ‘வண்ணமயமான உலகம்’ முதலிய கவிதைத் தொகுப்புகளைத் தந்துள்ளார். தற்போது ஷாங்காய் பல்கலைக்கழகத்தின் கலை நிலையத்தில், சீன மரபு இலக்கியம் பயிற்றுவிக்கும் ஆசிரியராக உள்ளார்.

Zhao Kai

1938ல் ஷான்டாங்கில் பிறந்த இவர், ஹுயாயின்னிலுள்ள ஜியாங்ஸுவில் பணிபுரிகிறார். ‘நான் நேசிக்கிறேன்’ என்னும் தலைப்பில் அமைந்த கவிதைத் தொகுப்பு இவரது வெளியீடுகளில் ஒன்று.

Zou Difan

ஹுபி பிரதேசத்திலுள்ள டையன்மன்னில் 1917ல் பிறந்த இவர் ’குயில்களும் ஊதா மலர்களும்‘ உள்ளிட்ட பல கவிதைத் தொகுதிகளை வெளியிட்டுள்ளார்.

00000